I0557013

थापाड्या बेडूक

आणि

इतर गोष्टी

कनक बुक्स

थापाड्या बेडूक आणि इतर गोष्टी

Thapadya Beduk ani Itar Goshti

प्रथम आवृत्ती : २०१२

ISBN 978-81-8483-427-7

© डायमंड पब्लिकेशन्स, पुणे

अक्षरजुळणी
अक्षरवेल, दत्तवाडी, पुणे

मुखपृष्ठ
शाम भालेकर

आतील चित्रे
राजेंद्र गिरधारी

मुद्रक
Repro India Limited, Mumbai.

कनक बुक्स
कुमारवाङ्मय विभाग, डायमंड पब्लिकेशन्स, पुणे
१२५५ सदाशिव पेठ, लेले संकुल, पहिला मजला
निंबाळकर तालमीसमोर, पुणे ४११ ०३०.
☎ ०२० – २४४५२३८७, २४४६६६४२

diamondpublications@vsnl.net
www.diamondbookspune.com

मूल्य : ₹ ५०

अनुक्रम

१. थापाड्या बेडूक

पावसाळ्याचे दिवस होते. मुसळधार पाऊस पडत होता. सगळीकडे पाणीच पाणी झालं होतं. नद्या-विहिरी आणि तलाव तुडुंब भरून वाहत होते. रस्त्याच्याकडेची छोटी-छोटी डबकी आता पूर्णपणे पाण्याखाली गेली होती. या मुसळधार पावसात बेडूकमंडळी यथेच्छ अंघोळ करून मोठमोठ्याने स्तोत्रपठण करत होती. काही तरुण बेडूक फेर धरून नाचत होते. मधूनच त्यांना उड्या मारण्याची लहर येत होती. एका झाडाच्या बुंध्याशी काही बेडकांच्या गप्पा रंगात आल्या होत्या.

काही बेडूक चांगलेच गप्पिष्ट होते. आजूबाजूच्या बेडकांना आपल्याभोवती गोळा करून ते खूप गप्पा मारत होते. कधी त्यांनी ऐकलेली एखादी बातमी ते इतर बेडकांना सांगत, तर कधी एखाद्या नवीन पाहिलेल्या ठिकाणाचं वर्णन करत. स्वत:च्या हुशारीची एखादी हकिगत सांगताना ते त्यात एवढे रमून जात की, त्यांना कसलीच शुद्ध राहत नसे.

या गप्पिष्ट बेडकांत 'पॅक-पॅक' नावाचा एक बेडूक तर चक्क 'थापाड्या' म्हणून प्रसिद्ध होता. अनेक गोष्टी तो मनच्याच सांगे. पण त्या इतक्या रंगवून सांगे की, काही बेडूकमंडळींना त्या खऱ्या वाटत. ते त्याच्याभोवती जमून त्याची स्तुती करत. काही बेडकांना मात्र थापाड्याच्या थापा माहीत होत्या. ते लांबूनच हसत आणि निघून जात. कधी पॅकपॅक आपण समोर दिसणाऱ्या उंच डोंगरावर जाऊन आल्याचं सांगे आणि तिथल्या निसर्गाचं सुंदर वर्णन करी. तर कधी तो स्वत: होडी चालवल्याचंही सांगे. एकदा तर त्याने विहिरीत बुडणाऱ्या दोन माणसांना आपण वाचवलं असल्याचंही सांगून टाकलं. त्याच्या या शौर्यकथा ऐकून आजूबाजूचे बेडूक शहारून जात.

एके दिवशी तो एका बेडकाबरोबर एका लहानशा खडकावर उभा राहून आजूबाजूची मजा पाहत होता.

गप्पा मारता-मारता समोरच्या नारळाच्या झाडाकडे बोट दाखवत तो म्हणाला, ''मित्रा, हे झाड पाहिलंस किती उंच आहे ते? पण हे झाड चढून मी वर शेंड्यावर गेलोय.''

''काय! झाडाच्या शेंड्यावर गेला होतास?'' बेडकाने आश्चर्याने विचारलं.

''हो मग! या नारळाच्या शेंड्यावर बसून मी दोन नारळदेखील खाल्लेत आणि दोन माझ्या मित्रांसाठी तोडून खाली टाकलेत. मित्रा, अरे या नारळातल्या पाण्याची चव अजूनही माझ्या जिभेवर आहे. अहाहा!'' पॅकपॅक मिटक्या मारत म्हणाला.

''ए, मग आपण आज पुन्हा जाऊ या का? चल ना मला घेऊन. मला पण खायचे आहेत नारळ.'' बेडूक ओठावरून जीभ फिरवत म्हणाला.

''छे छे! आज मला नाही वेळ बुवा. तूच जा आणि खाऊन ये नारळ.'' बोलता-बोलता पॅकपॅक घाईघाईने डबक्यात शिरला. परंतु त्या बेडकाचं लक्ष नारळाच्या शेंड्याकडे लागलं होतं. 'आपणदेखील झाडावर चढून दोन नारळ खावेत,' असं त्याला सारखं वाटत होतं. अखेर त्याने झाडावर चढायचं ठरवलं. नारळाचं झाड पावसाने चांगलंच चिकट झालं होतं. पाय घसरत होते, तरी तो वर चढण्याचा प्रयत्न करत होता. थोडंसं चढून गेला आणि त्याचे पाय घसरले. तो धपकन खाली पडला. त्याचे दोन्ही पाय चांगलेच दुखावले. 'ओय ओय' करत तो डबक्यात शिरला.

दुसऱ्या दिवशी त्याला पॅकपॅक पुन्हा भेटला. पॅकपॅकचा त्याला खूपच राग आला होता.

रागारागाने तो म्हणाला, ''पॅकपॅक, दुसऱ्यांना फसवतोस काय? तुझ्यामुळे माझे पाय मोडले. तू बोलतोस ते खरं वाटलं मला हं!''

''मित्रा, अरे मी खरंच बोललो. तू झाडावर कसा चढलास, ते सांग पाहू.'' पॅकपॅक शांतपणे म्हणाला,

''कसा म्हणजे? असाच चढलो.'' बेडूक पाय पुढे खेचत म्हणाला.

''हं, मग बरोबर. अरे, असंच नाही चढायचं. चढताना कमरेला दोरी बांधून तिची दोन्ही टोकं हातात घेऊन चढायचं. कमालच केलीस बुवा. मग पडणार नाही तर काय! बरं येतो मी. पायाला औषध लाव.'' पॅकपॅक शांतपणे निघून गेला.

असेच दिवस जात होते. पॅकपॅकचं थापा मारणं चालूच होतं. एक दिवस बेडूक मंडळींच्या पुढाऱ्याने सर्व बेडकांना एक धोक्याची सूचना दिली.

एका पानाच्या सुरळीतून तो मोठ्या आवाजात ओरडला, ''ऐका हो ऐका, एक भलंमोठं गिधाड या भागात येऊन बेडकांना गट्ट करतंय. तरी कुणीही मोकळ्या जागी फार दूरवर फिरायला जाऊ नये होऽ.''

सूचना ऐकून दोन बेडकांबरोबर गवतावर मोकळ्या जागी खेळत असलेला पॅकपॅक जोरजोरात हसला.

हातवारे करत तो म्हणाला, ''काय घाबरतात बघा. आपण नाही बुवा घाबरत गिधाडाला.''

''काय? तुला त्याची भीती वाटत नाही?'' बेडूक म्हणाले.

''मुळीच नाही. गिधाड माझा मित्र आहे. अरे, एकदा तर त्याने मला त्याच्या पंखावर बसवून चंद्रावर नेलं होतं!'' पॅकपॅक हातवारे करत सांगत होता.

''काय चंद्रावर?'' दोन्ही बेडूक आश्चर्याने म्हणाले.

''हो हो चंद्रावर! किती मजा आहे रे तिथं. सगळीकडे रंगीबेरंगी पाण्याची डबकी आणि त्यातून वावरणारे पांढरे चकचकीत चंदेरी बेडूक. आजूबाजूला हिरवंगार लुसलुशीत गवत. मला तिथले बेडूक म्हणत होते, 'पॅकपॅक, आता तू इथंच राहा.' पण मी नाही राहिलो. गिधाडाच्या पंखावर बसून खाली आलो.'' पॅकपॅक आपल्याच नादात सांगत होता.

बेडूकही आश्चर्याने ऐकत होते. बोलता-बोलता ते बरेच लांब गेले होते.

इतक्यात वरून आकाशातून काळी सावली जमिनीवर झेपावू लागली आणि पॅकपॅक भीतीने ओरडला, ''गिधाड गिधाड! पळा पळा ऽऽ''

तिघेही धूम पळत सुटले. सुदैवाने त्यांना एक छोटंसं डबकं दिसलं. त्यांनी डबक्याकडे धाव घेतली आणि गिधाड खाली उतरेपर्यंत ते डबक्याच्या तळाशी दडून बसले. बऱ्याच वेळाने तिघंही बाहेर आले.

दोन्ही बेडकांनी पॅकपॅकच्या मुस्कटात एकेक सणसणीत वाजवली आणि ते म्हणाले, ''गिधाड तुझा मित्र काय! थापाड्या अशाने तुझा जीव गमावशील आणि आम्हालाही संकटात पाडशील. पुन्हा थापा मारल्यास तर चोपून काढू तुला.''

ओशाळलेला पॅकपॅक गाल चोळत डबक्यात शिरला.

ॐॐ

२. चार सोबती

एका होता उंट! तो होता उंच!
तो फिरला खूप. त्याला लागली भूक.
वाटेत दिसले झाड
हिरवा हिरवा पाला -
उंट लागला खायला.
झाडावर होते माकड.
ते म्हणाले, ''उंटदादा, आज फार घाई?''
पाला खात खात उंट बोलला,
''माझे लग्न निघाले आहे.

सगळी तयारी झाली आहे.
पण एक अडचण आहे.
भटजीच मिळत नाही.
त्यासाठी फिरतो आहे.''
माकड हसून म्हणाले,
''एवढंच ना? मग तो पहा भटजी.
तो तिकडे गाढव दिसतो ना?
त्याला छान गाता येतं
तो तुमचं लग्न लावील.''
मग माकड आणि उंट -
त्या गाढवाजवळ गेले.
त्यांनी विचार सांगितला, विनंती केली.
गाढव म्हणाला, ''मी येतो लग्नाला,
पण मला पाहिजे खूप खायला.''
''कबूल कबूल! खूप देऊ खायला.
पण चला लौकर लग्न लावायला.''
तिघे-जण निघाले. वाटेत भेटला कावळा.
तो म्हणाला, ''मी येऊ का लग्नाला?''
''चला चला.'' चौघे-जण चालले.
थोड्याच वेळात, गाढवाने गंमत केली;
तो गडबडा लोळू लागला.
तो म्हणाला, ''मला आधी खायला पाहिजे.
भूक फारच लागली, उठवत नाही.''
आता काय करावं? मोठी अडचण झाली.
''अहो भटजी महाराज, आधी लग्न लावा.
मग देऊ खायला. थोडी कळ सोसा.''
''छे. छे. आधी खाणार, मग गाणार!
पोटात पडल्यावर मग लग्न लावणार.''
आता काय करावे?

माकड म्हणाले, ''थांबा. थांबा. ते पाहा शहर.
शहरात जाऊ, नाचगाणे करू.
पैसे मिळतील त्यांचा खाऊ घेऊ.
पोटभर खाऊ, मग लग्नाला जाऊ.''
सर्वांना पटले.
सारे जण उठले आणि शहरात गेले.

उंटाच्या डोक्यावर कावळा,
गाढवावर माकडाची स्वारी!
अशा थाटात मिरवणूक चालली.
शहरातील चौकात ती थांबली.
कावळा ओरडला, ''काव - काव, आव आव.''
मुले आली, माणसे जमली.
चौकात खूप गर्दी झाली.
गाढवाने सूर काढला.
उंट थयथय नाचू लागला.
  ''काव काव, भोंऽ भोंऽ थयक् थयक्!''
एकच गोंधळ. मजाच मजा!
माकडाने रामराम केला,
त्याने हात पसरले, पैसे मागितले.
''आणखी खेळ होऊ द्या!
आणखी खेळ होऊ द्या!''
टाळ्या, आरोळ्या, शिट्या आणि गोंधळ.
पुन्हा खेळ सुरू झाला.
रहदारी थांबली, पोलीस आले.
त्यांनाही मौज वाटली.
खेळ पाहण्यात पोलीस गुंग झाले.
गर्दी वाढली. चारी रस्ते बंद झाले.
फौजदारसाहेब धावून आले.

"हटो, हटो, बाजू हटो!"

फौजदारांनी छडी घेतली.

त्यांनी गाढवाला चांगलेच चोपले.

कावळा उडाला. माकड पळालं.

उंटाने लांब-लांब टांगा टाकल्या.

एकटे गाढव तडाख्यात सापडले.

लोकांनी त्याला आणखी चोपले.

चौकातील गंमत! मुले खूप हसली.
खेळ मोडला. गर्दी हटली.
माकडामागे मुले पळाली!
''मल्लू मल्लू, राम म्हण!''
माकडाला राग आला.
तोंडातील पैसे त्याने मुलांना मारले.
माकडाचे पैसे मुलांनी झेलले.
शहरात ही आणखी एक गंमत!
शेवटी चौघे मित्र शहराबाहेर गेले.
त्यांनी विचार केला. आता काय करावे?
चौघांनाही खूप भूक लागली.
त्यांना जवळच एक बाग दिसली!

बागेत खूप फळे होती.
पेरू, पपई, चिकू, मोसंबी.
बागेला चांगले कुंपण होते.
बागेचे फाटक बंद होते.
बागवान घरी गेला होता.
चौघे सोबती बागेत गेले.
माकडाने फाटक उघडले.
सर्वांनी खूप फळे खाल्ली.
पोट भरले. मजा झाली.
कावळा गाणे गाऊ लागला.
माकड उड्या मारू लागला.
गाढव लोळले. उंट नाचला.
चौघांनी खूप धिंगाणा केला.
रोपटी मोडली. झाडे तुडवली.
''उद्या पुन्हा येऊ. गोड फळे खाऊ.''
असे म्हणून चौघे निघून गेले.

बागवान आला.

त्याने बागेत नासाडी पाहिली.

त्याला खूप वाईट वाटले.

त्याला खूप राग आला.

दुसऱ्या दिवशीची गोष्ट.

बागवानाने एक छान युक्ती केली.

त्याने खिळे आणले,

चुका आणल्या, दाभण आणले.

जमिनीत रोवून पक्के पुरून ठेवले.

दुसऱ्या दिवशी चौघे सोबती आले.

कावळा झाडावर बसला.
तो ओरडला ''काव काव, आव आव.''
माकडाने फाटक उघडले.
उंट आणि गाढव आत आले.
चालता चालता ते ओरडले,
''अरे बापरे, मेलो मेलो!''
त्यांच्या पायात खिळे टोचले.
उंटाच्या पायात दाभण घुसले.
भळाभळा रक्त गळू लागले.
उंटबुवा लंगडत-लंगडत पळून गेले.
झाडामागे बागवान लपला होता.
तो खो खो हसला आणि म्हणाला,
''कैसा मजा आया!''
मग कावळ्याने चोचीने खिळे उपसले.
माकडाने जखमेवर झाडपाला चोळला.
पाय खूप ठणकत होते.
सारे कण्हत-कण्हत चालत होते.
खायला मिळाले, तर बरे वाटेल!
पण आता खायला कुठे मिळणार?
त्या तिकडे खेडे दिसते.
चला जाऊ खेड्यावर!

उंट, कावळा, गाढव आणि माकड;
सारे जण खेड्यात गेले.
वेशीजवळच एक कौलारू घर होते.
खिडकीतून शब्द ऐकू आले,
''अरे किसन, हे काय करतोस?
शिंक्यावरचे लाडू काढून का घेतोस?
माकडासारख्या उड्या काय मारतोस?

उंटासारखा उंच वाढलास,
तरी हात पुरत नाहीत?
अगदी गाढव आहेस.
कावळ्यासारखी नजर तुझी,
लाडू पाहिलेस, चोरून खाल्लेस.
असे चोरून खाऊ नये.
आईने खूप फराळाचे सामान केले आहे.
ती देणारच आहे खायला. थोडी कळ सोस.
उतावळा होऊ नकोस.''
हे बोलणे सगळ्यांनी ऐकले.
त्यांच्या तोंडाला पाणी सुटले.

या घरात फराळाचे पदार्थ खूप आहेत.
कसेही करून ते मिळवलेच पाहिजेत.
माकडाने मित्रांच्या कानात युक्ती सांगितली.
दारापुढे गाढवाने सूर काढला.
उंट थयथय नाचू लागला.
कौलावर कावळा ओरडला,
''काव काव ऽ आव आव ऽ''
गोड गोंधळ सुरू झाला.
ती गंमत पाहण्यासाठी
घरातील मंडळी बाहेर गेली.
खेळ पाहण्यात गुंगून गेली.
इकडे माकड घरात घुसले.
त्याने फराळाचे पळवून नेले.
दूर नेऊन माळावर ठेवले.
कावळा ओरडला, ''काव कावऽ जाव जाव.''
खेळ संपला. मंडळी निघून गेली.
चौघे सोबती माळावर जमले.
सर्वांनी माकडाला शाबासकी दिली.
चौघांचा फराळ सुरू झाला.
लाडू, पेढे, जिलबी, शेव, चकली, अनारसे.
इतक्यात काय झाले ऽऽऽ
कौलारू घरातली माणसे धावत आली.
लाठ्या, काठ्या, सोटे, छत्र्या....
ती माणसे ओरडली, ''या चोरांना चोपून काढा.''
''अरे बापरे ! पळा पळा'' चौघे पळाले.
पण माणसांनी गाठले. खूप मार दिला.
असा माळावरचा फराळ आटोपला.

सगळ्यांना पळता भुई थोडी झाली.
मग सर्व जण नदीवर आले.
हातपाय धुतले. पाणी प्याले.
गार सावलीत बसले.
कण्हत-कण्हत बोलले,
''चोरून खाणे चांगले नाही.
खूप मार बसला. अंग मऊ झाले.
माणसाची जात भारीच वाईट.''
कावळा – मी मात्र सुखी आहे.
मला कोणीच कधी मारत नाही.
कारण मी माणसांचा मित्र आहे.
'पाहुणा येणार' म्हणून मी सूचना देतो.
घाण नाहीशी करतो म्हणून मी उपयोगी!
लोक मला काकबली देतात.

माझ्यासाठी दाराबाहेर घास काढून ठेवतात.
उंट - पुरे हो काकोबा!
तुमच्यापेक्षा मी माणसांच्या जास्त उपयोगी.
मी वाळवंटातील जहाज आहे.
पण तहान लागली, जवळचे पाणी संपले की,
लोक माझे पोट फाडून पाणी पितात.
माणसे अशी वाईट असतात!
माकड - बरोबर आहे.
एवढा मोठा मी. माणसांचा पूर्वज.
पण लोकांना आदर काही आहे का?
प्रत्यक्ष श्रीरामाला आम्ही मदत केली.
पण लोकांना काय त्याचे?
सर्कशीत आम्ही कामे करतो,
लोकांना हसवतो. खेळ करून दाखवतो.
पण माणसांनी कधी उपकार आठवले?
गाढव - जाऊ द्या मित्रांनो,
कशाला उगीच माणसाला नावे ठेवता?
माणसे आमच्याकडून खूप कष्ट करून घेतात
आणि खायला भरपूर देत नाहीत.
पण आम्ही कधी कुरकूर केली का?
तसे पाहिले तर, सगळी माणसे वाईट नाहीत बरं का!
पैठणचे संत एकनाथ होते ना,
त्यांनी गाढवाला गंगाजल पाजले होते.
माकड - ते ठीक आहे.
काही माणसे चांगली असतात.
पण एकंदरीत ती जात वाईटच!
आम्ही कोठे एवढेसे चोरून खाल्ले,
तर त्यांनी इतका मार द्यावा ना?
अगं आई गंऽ अंग फार ठणकतंय.

कावळा - पण तुम्ही चोरून कशाला खाता?

वाईट वागणे - शिक्षा भोगणे

उंट - गप्प बैस रे डोमकावळ्या,

नको काढूस उखाळ्यापाखाळ्या!

आपण चौघे गमतीचे प्राणी -

माझी मान लांब, गाढवाचे कान लांब,

तुझी चोच लांब, माकडाचे शेपूट लांब.

म्हणूनच आपल्या लोक मान देत नाहीत.

माणसे सुंदर प्राण्यांना मार देत नाहीत.

माणसांची जात मतलबी फार.

आपला गुण टाकणार नाही.

गाढव - आम्ही ओंगळ खातो

म्हणून ओंगळ दिसतो.

आता चांगले पदार्थ खाऊ -

आपोआप सुंदर होऊ

माकड - अहो भटजी महाराज.

तुम्हाला तर खाण्याखेरीज -

दुसरे सुचतच नाही काही.

तुमच्या खादाडपणामुळेच

हा इतका गोंधळ उडाला.

कावळा - हा वाद पुरे करा.

मित्रांनो, दुरून एक शत्रू येत आहे.

त्याला तोंड द्यायचे आहे.

थोडा विसावा घ्या. पुढची तयारी करा.

गप्पागोष्टी बंद करा. शत्रू जवळ आला आहे.

उंटाने मान उंच केली.

दुरून कोल्हा येत होता.

त्याला पाहून उंट म्हणाला,

''अरे, याच लबाडाने मला फसवले होते.
याने मला उसाच्या मळ्यात नेले होते.
तेथे मालकाकडून खूप मार बसवला होता.
त्या वेळी हा पळून गेला होता.
आज आयताच चालून आला.
आता सूड उगवणार मी.''
गाढव - होय रे होय. तोच हा लबाड कोल्हा.
यानेच मला गोड बोलून सिंहाकडे नेले होते.
मी चतुर शहाणा, याचा कावा ओळखला
म्हणून जीव वाचला. येऊ दे आता त्याला.
कावळा - अरे, याने तर मला भलतेच चढवले होते.
तो म्हणाला, ''कावळोबा,
तुमचा आवाज छान आहे. एक गोड गाणे
म्हणून दाखवा! मी खूष झालो, चढून गेलो,
गाणं म्हणू लागलो.
पण माझ्या चोचीत
मांसाचा तुकडा होता,
तो खाली पडला.
या लबाडानं तो पटकन उचलून मटकावला.
मग मला कळून आलं.
हा असा लाट्या आहे.
माकड - माझी तर यानं फारच गंमत केली होती.
या कोल्ह्याने मला विहिरीतला खवा आणायला सांगितले.
मी विहिरीत गेलो. तिथं मला शिंक आली.
तसं पाणी हललं.
पाण्यातला खवा हलू लागला.
पाण्यात चंद्राचं प्रतिबिंब पडलेलं होतं.
बरं झालं, त्या शिंकेनं मला वाचवलं!
नाहीतर पाण्यात बुडालो असतो.

यानं माझ्यावर ताव मारला असता.

इतक्यात कावळा ओरडला,

कावऽ कावऽ कावऽ!

पाहुणा आल्याची सूचना त्याने दिली.

सारेजण सावध झाले. सावरून बसले.

कावळा आणि माकड झाडावर चढले.

गाढव हातपाय ताणून पसरले.

त्याच्याजवळ उंट बसला. तो रडू लागला.

कोल्होबा आला. त्याने रामराम केला.

कोल्हा – उंट दादा, या गाढवाला काय झालं आहे?

उंट – हा फार आजारी आहे.

हा आता मरणार.

कोल्होबा, माझ्या मित्राला औषध तरी द्या.

कोल्हा – थांबा.

मी देतो औषध याला!''

तुम्ही व्हा बाजूला.

मी नाडी पाहातो आधी.

कोल्हा गाढवाजवळ बसला.

तोच गाढव ताटकन उठला.

त्याने कोल्ह्याच्या तोंडावर

जोराने फाडफाड लाथा मारल्या.

उंटाने कोल्ह्याला खूप जोराचा चावा घेतला.

माकडाने झाडाची फांदी मोडली

आणि खाली उतरून कोल्ह्याला चांगले झोडपले.

कावळा चोच मारू लागला. तो ओरडला,

''काव काय ऽ जाव जावऽ!''

कोल्हा धडपडत अडखळत पळून गेला,

त्याला खूप मार बसला.

चौघे सोबती खूप खूप हसले!

झाले हे छान झाले.

पण आता पुढे काय?

मार खाऊन अथवा मार देऊन पोट कसे हो भरणार?

काहीतरी उपाय करा.

आधी कोणीतरी काहीतरी खायला आणा.

कोण आणणार खायला?

"तू जा." "तू जा" अशी खूप चर्चा झाली.

शेवटी ठरले की सर्वांत जो जास्त शहाणा असेल,

त्याने आणावे खायला.

पण सर्वांत जास्त शहाणा कोण?

मोठा वाद सुरू झाला.

गाढव – कोल्ह्याची खोड मी मोडली.
आजारीपणाचं छान सोंग केलं.
पहिल्यानं त्याला लाथा झाडल्या,
म्हणून मी फार शहाणा आहे.
मला तुम्ही मान द्या.
मी तुम्हाला खाऊ देईन!
माकड – अहो खादाड रडतोंडे गंधर्व,
मीच अगोदर ती युक्ती सांगितली.
तेव्हा मी सर्वांत जास्त शहाणा आहे.
मला खाऊ आणण्याचा सराव आहे.
शहरात पैसे मीच जमवले होते.
कौलारू घरातून मीच खाऊ पळवला होता.
मला तुम्ही मान द्या.
मी तुम्हाला आणखी खाऊ आणीन.
उंट – मी तुम्हा सर्वांत मोठा आहे.
मी उंच आहे, अनुभवी आहे.
माझ्यावर माणूस बसला, तर
त्यालाही 'उंटावरचा शहाणा' म्हणतात.
म्हणून मीच जास्त शहाणा आहे.
मला तुम्ही मान द्या.
मी तुम्हांसाठी कष्ट घेईन.
खाऊ आणीन.
कावळा – असे भांडू नका.
खरं तर लोक मलाच शहाणा म्हणतात.
कावळा, कोल्हा, न्हावी –
जगातले हेच खरे शहाणे.
पण ते जाऊ द्या!
माझं वर्णन मीच कसं करू?
शहाण्यानं गर्व करू नये म्हणतात.
आता असं करू, मतंच घेऊ!

लढाईपेक्षा तडजोड चांगली.
या घ्या चिठ्ठ्या.
चिठ्ठीवर आपलं स्वत:चं नाव लिहायचं नाही.
दुसरा कोण जास्त शहाणा वाटतो,
त्याचं नाव लिहा. त्याचं कारणही द्या.
ज्याला जास्त मतं मिळतील,
तोच सर्वांत जास्त शहाणा ठरेल.
त्याला मान देऊ.
त्याच्याकडून खायला घेऊ!''
''कबूल कबूल! द्या त्या चिठ्ठ्या.''
प्रत्येकाने चिठ्ठीवर लिहिले.
माकडाने चिठ्ठ्या जमा केल्या.
एकेक चिठ्ठी उलगडली.

माकड वाचून दाखवू लागले.
प्रत्येकाने मन लावून लिहिले,
कान देऊन ऐकले.
त्या चिठ्ठ्यांवर लिहिले होते : –
उंटाची चिठ्ठी :
‘‘गाढवाचा आवाज चांगला.
तो कष्ट खूप करतो.
म्हणून तो सर्वांत जास्त शहाणा आहे.
कावळ्याची चिठ्ठी :
माकड फार उड्या मारतो,
माणसासारखा दिसतो;
म्हणून तो सर्वांत जास्त शहाणा आहे.
गाढवाची चिठ्ठी :
उंट उंचीने मोठा आहे,
त्याच्या पायांखाली गादी आहे;
म्हणून तो सर्वांत जास्त शहाणा आहे.
माकडाची चिठ्ठी :
कावळ्याचा रंग चांगला,
निरीक्षण दांडगे आहे;
म्हणून तोच सर्वांत जास्त शहाणा आहे.
झाले! मते मोजली.
प्रत्येकाला एक मत पडले.
सगळेच शहाणे ठरले.
निकाल छान लागला.
आवाज, उड्या, उंची, रंग –
ही शहाणपणाची लक्षणे एकत्र आली.
सर्वांचे गुण जमले. भांडण मिटले.
पुन्हा गट्टी जुळली. सारे जण हसले!
आता खायला कोणी आणायचे?
गाढवाला आठवण झाली. तो म्हणाला,

"उंटाचे लग्न आहे ना? त्यासाठी तर आपण निघालो.
माझ्या भुकेने घोटाळा केला. त्यातच रमलो.''
उंट म्हणाला, ''खरंच की! चला आता लग्नाला.
मीच तिथं सर्वांना खायला देईन. चला लौकर.!''

उंट, कावळा, गाढव आणि माकड
असे चौघे मित्र लग्नघरी गेले.
तेथे सगळी तयारी होती.
''भटजी आले, भटजी आले.'' पुकारा झाला.
लाजत मुरडत नवरी आली, नवरा सजला.
अंतरपाट धरला. अक्षता वाटल्या.
गाढवाने मंगलाष्टके म्हटली. टाळी वाजली.
कावळा ओरडला, ''काव काव ऽ आव आवऽ''
रानातले सगळे प्राणी जमले.
माकडाने पानसुपारी दिली.
जाता जाता -
कोणी म्हणाले, ''वाहवा, नवरा किती छान आहे.''
कोणी म्हणाले, ''नवरी भारी सुंदर आहे.''
कोणी म्हणाले, ''भटजींचा आवाज गोड आहे.''
कोणी म्हणाले, ''माकड मित्रानं किती मेहनत केली!''
लग्नाचा खूप थाट उडाला. उंटाला आनंद झाला.
उंट म्हणाला, ''मित्रांनो, तुम्ही खूप काम केलं.
तुम्ही आता थकला असाल.
तो पलीकडं उसाचा मळा आहे ना?
तिथं जा आणि पोटभर मेजवानी खा.
माझ्या मामाचाच मळा आहे तो!
रात्र झाली आहे. मामा झोपले आहेत.
मळ्यात कोणी नाही. तुमचंच राज्य आहे.
तुम्ही जा मळ्यात. मी हिला सोबत करतो.''
मग तिघे सोबती मळ्यात गेले.

सारीकडे सामसूम होती.

छान झाले!

गाढवाने कडाकडा ऊस मोडले.

पोटभर ऊस खाल्ला आणि सूर काढला.

माकडाने चरकातून रस काढला.

तो पोटभर रस प्याला, उड्या मारू लागला.

कावळ्याने काहिलीतला गूळ खाल्ला.

तो त्याला आवडला.

खूप छान मेजवानी झाली!

मामाच्या मळ्यात मोठी मजा आली.

इतक्यात काय झाले -

मामा सोटा घेऊन आले.

गुऱ्हाळातले नोकर काठ्या घेऊन धावले.

त्यांनी गाढवाला चांगलाच चोप दिला.

कावळा उडून गेला. माकड पळून गेला.

एकटेच गाढव रडत-ओरडत पडले.

माणसांनी गाढवाला फरफटत बाहेर नेले.

मग गाढवाने धूम ठोकली.

उंटाने त्यांची फजिती दुरून पाहिली.

उंट म्हणाला, ''मित्रांनो, थांबा, थांबा!

पुन्हा चांगली मेजवानी देतो.''

सारे जण ओरडत म्हणाले,

''झाली एवढी मेजवानी सध्या भरपूर झाली आहे.

आता पुढे केव्हातरी भेटू. फिर मिलेंगे!

तुमचा संसार सुखाचा होवो!''

अशी ही उंटोबांच्या लग्नाची कथा!

૮૦૮૦

३. धूर्त कोल्हा

सिंह हा 'जंगलाचा राजा' म्हणून ओळखला जातो. एकदा हा जंगलाचा राजा म्हातारा झाला. त्याला जंगलात हिंडणं, फिरणं, शिकार करणं शक्य होईनासं झालं, म्हणून तो विचार करू लागला की, आपल्या गुहेतच आपल्याला शिकार मिळून आपलं पोट कसं भरेल? विचार करता-करता त्याला एक युक्ती सुचली आणि तो आजारीपणाचं सोंग घेऊन गुहेतच पडून राहिला.

सिंह आजारी आहे, ही बातमी वाऱ्यासारखी जंगलभर पसरली. सिंहाच्या तब्येतीची चौकशी करायला रोज निरनिराळे प्राणी येत आणि समाचाराला आलेल्या प्राण्यांचा सिंह फन्ना उडवून टाकत असे. असे बरेच दिवस सिंहाला आयती शिकार मिळत होती.

एकदा कोल्हा सिंहाच्या समाचाराला गेला. पण कोल्ह्याच्या असं लक्षात आलं की, प्राण्यांच्या पावलांचे गुहेत जाताना ठसे दिसत होते. पण गुहेबाहेर येतानाचा एकही ठसा दिसत नव्हता.

त्यामुळे गुहेबाहेरूनच कोल्ह्याने विचारलं, ''काय सिंहमहाराज! बरी आहे ना तब्येत?''

सिंह म्हणाला, ''अरे कोल्हेदादा, आत ये, माझी तब्येत फारच खालावली आहे. मी तुझ्याबरोबर निरोप देतो, वैद्यबुवांना तेवढा सांग.''

कोल्हा हुशार होता.

तो म्हणाला, ''महाराज, प्राण्यांच्या पावलांचे आत गेल्याचे ठसे दिसतात. पण बाहेर आलेले कोणत्याच प्राण्याच्या पावलांचे ठसे दिसत नाहीत. तेव्हा मी इथेच बरा आहे. आपण खुशाल आत आराम करा. तब्येतीला जपा. आयती शिकार मिळते म्हणून खूप खाऊ नका. नाहीतर आणखी पोट बिघडेल. अच्छा!''

४. जशास तसे

एकदा एक करकोचा फिरायला बाहेर पडला. वाटेत त्याला कोल्हा भेटला. कोल्हा म्हणाला, ''करकोचेदादा, एकदा आमच्याकडे पाहुणचाराला या. उद्याच या.''

करकोचा म्हणाला, ''ठीक आहे मी उद्याच येतो.''

करकोचा ठरल्याप्रमाणे कोल्ह्याकडे गेला. कोल्ह्याने जेवणाची तयारी थाटात केली होती. दोन थाळ्यात झकास लापशी ठेवली होती. दोघे जेवायला बसले. कोल्हा जेवणावर ताव मारत होता. पण करकोच्याची चोच लांब असल्यामुळे उथळ थाळीतील लापशी त्याला खाता येत नव्हती. बिचारा करकोचा उपाशी राहिला. कोल्हा उलट करकोच्याला विचारतो, ''काय भरलं ना पोट करकोचे दादा?''

करकोचा मनातून खूप रागावला होता. पण त्याने तसे न दाखवता पोटावरून हात फिरवून ढेकर देत म्हटले, ''वा: वा:! जेवणाचा बेत छान होता हं, मी आता जातो. उद्या तुम्ही माझ्याकडे जेवायला या बरं का!'' कोल्ह्याने आमंत्रण स्वीकारले.

दुसरे दिवशी कोल्हा करकोच्याकडे आला. करकोच्याने दोन सुरया ठेवल्या होत्या व त्यात लापशी ठेवली होती. कोल्ह्याला जेवायला सुरुवात करायला करकोच्याने सांगितले.

करकोच्याची चोच लांब असल्यामुळे सुरईतील सर्व लापशी तो चटकन संपवून मोकळा झाला. पण कोल्ह्याचे तोंड सुरईत जाईना. कोल्हा उपाशीच राहिला.

करकोच्याने कोल्ह्याला ''काय, कसे काय झाले जेवण?'' म्हणून प्रश्न केला. कोल्हा खजील झाला. आपल्यापेक्षा सुद्धा लबाड लोक आहेत हे त्याने ओळखले. आपण करकोच्याला जशी वागवणूक दिली त्याची परतफेड त्याने केली हे कोल्ह्याला कळले.

आपण जसे लोकांशी वागतो लोक तसेच आपल्याशी वागतात.

ह्याला म्हणतात 'जशास तसे!'

५. ससा आणि कासव

एकदा ससा व कासव ह्यांची तळ्याकाठी गाठ पडली. सशाला आपल्या पांढऱ्याशुभ्र रंगाचा फार अभिमान होता. तो कासवाची त्याच्या खडबडीत असलेल्या अंगाबद्दल चेष्टा करत होता.

ससा म्हणाला, ''माझे अंग कसे कापूस पिंजल्यासारखे मऊ-मऊ आहे. तसेच माझे चालणे पण जलद आहे. पण कासव, तुला ना रूप ना रंग. तसेच तुझी चाल पण अगदी थंड व संथ!''

सशाच्या ह्या बोलण्याचा कासवाला आला राग. तो म्हणाला, ''माझे अंग जरी खडबडीत असले व माझा रंग जरी पांढरा नसला तरी मला जे रूप देवाने दिले आहे. त्याच्यामुळे मी कोणाची शिकार बनत नाही. तसेच माझ्या खडबडीत अंगाचा लोक ढालीसाठी उपयोग करतात. म्हणजे मी मेल्यावरसुद्धा दुसऱ्याच्या उपयोगी पडतो आणि माझं चालणं तुला जरी संथ वाटत असले, तरी मीच तुझ्याहून जलद चालतो.''

ससा आणि कासव ह्यांच्यातलं भांडण संपेना.

शेवटी दोघांनी सर्व प्राण्यांची सभा बोलावली. प्राण्यांच्या सभेचा अध्यक्ष होता हत्ती. हत्तीने सर्व सभासद प्राण्यांच्या संमतीने ससा आणि कासव ह्यांची शर्यत लावण्याचं ठरवलं.

दुसऱ्या दिवशी सर्व प्राणी शर्यत पाहण्यासाठी वेळेवर हजर झाले.

ससा आणि कासव ह्यांची शर्यत ठरलेल्या वेळेवर सुरू झाली.

कासवाला आपल्या संथ चालीची पुरेपूर कल्पना होती.

त्यामुळे ते आपल्या संथ गतीने कुठेही न थांबता सतत चालत राहिले.

पण ससा! सशाला आपल्या जलद चालीची घमेंड होती. त्यामुळे तो निष्काळजी होता. आपणच शर्यत जिंकणार अशी त्याची खात्री होती. त्यामुळे तो शर्यत सुरू झाल्यावर अत्यंत जलद चालीने पुढे गेला. ''कासव अजून खूप मागे आहे, तेव्हा आपल्याला थोडी विश्रांती घ्यायला हरकत नाही,'' असं मनाशी म्हणत झाडाखाली विश्रांती घेण्यासाठी थांबला. त्याला विश्रांती घेता-घेता झाडाच्या सावलीत झोप लागली.

इकडे कासव आपल्या मंद, पण सतत गतीने हळूहळू पुढं जात होतं. झोपलेल्या सशाला मागं टाकून चिकाटीने ते ठरलेल्या ठिकाणी चालत जाऊन पोहोचलं. कासवाने शर्यत जिंकली.

ससा झोपेतून जागा झाला, तर काय आश्चर्य! कासव ठरलेल्या ठिकाणी जाऊन अगोदरच पोहोचलं होतं.

सशाची फजिती झाली. कासवाने शर्यत जिंकली. प्राण्यांच्या सभेत कासवाचा सत्कार झाला.

आपल्या अंगी जे गुण आहेत, त्यांची घमेंड बाळगू नये. तसेच सतत आपलं मोठेपण लोकांना सांगू नये. नाहीतर अगदी सर्वसामान्य माणसाकडूनही आपल्याला पराभव पत्करावा लागतो.

৪০৪০

६. माकड राजा

प्रत्येक माणूस मोठेपणासाठी हपापलेला असतो. थोडसं जरी कोणी हरभऱ्याच्या झाडावर चढवलं, तरी तो गर्वाने फुगतो, मोठेपणाच्या धुंदीत वावरत असतो. आपण त्या लायकीचे नाही आहोत, आपल्याला फुकटचं मोठेपण दिलं गेलं आहे, हे तो विसरतो आणि त्याची कशी फजिती होते, ते पहा.

एकदा जंगलातल्या सर्व प्राण्यांचं स्नेहसंमेलन भरलं होतं. सर्व प्राण्यांनी विविध गुणदर्शनाचे कार्यक्रम केले. माकडाने नाच केला. त्याचा नाच अतिशय उत्तम झाला. सर्व प्राण्यांनी माकडाला बक्षीस दिलं. त्याचा गौरव केला. सर्व प्राण्यांच्या सभेत माकडाला राजा करण्याचं ठरवण्यात आलं.

एकाला मोठेपण मिळाल्यावर दुसऱ्याला त्याचा मत्सर वाटणारच! तसाच माकडाचा मत्सर लबाड कोल्ह्याला वाटला. त्याने माकडाची ऐट जिरवायचं ठरवलं.

लबाड कोल्हा माकडाकडे गेला. त्याने त्याची स्तुती करायला सुरुवात केली. माकड बेहद्द खुश झालं.

ही संधी साधून कोल्हा माकडाला म्हणाला, ''तू राजा झाला आहेस. मी तुला मेजवानी देणार आहे. मी तुझ्यासाठी सिंहासन तयार केलं आहे. तर माझ्याबरोबर चल.''

माकड मागचापुढचा विचार न करता कोल्ह्याबरोबर गेलं.

एका पारध्याने एके ठिकाणी जाळं पसरलं होतं. कोल्ह्याने मेजवानीचं ताट त्या जाळ्यापाशी ठेवलं होतं.

तो माकडाला म्हणाला, ''माकडराजे, बसा त्या सिंहासनावर आणि मेजवानीचा आनंद लुटा.''

माकड विचार न करता त्या जाळ्यापाशी गेलं आणि ते सिंहासन आहे, असं समजून जाळ्यावर बसलं. ते जाळ्यात अडकलं. आपण सिंहासनावर नसून जाळ्यात अडकलो आहोत, हे पाहून माकड रागाने कोल्ह्याला बोलू लागलं.

तेव्हा कोल्हा म्हणाला, ''अरे माकडा, तू पशूंचा राजा ना? मग एवढा मूर्ख

कसा? सिंहासन आणि जाळं यातला फरक तुला समजला नाही, मग तू राजेपद कसं सांभाळणार? अहो माकडराजे, कळली तुमची अक्कल!''

मोठेपण कोणी देऊ केलं म्हणून अंगी येत नाही. त्यासाठी स्वत:ची हुशारी लागते. स्वत:च्या ताकदीचा विचार केला नाही की, माणसाची अशी फसगत होते.

☙☙

७. फाजील आत्मविश्वास

एका हिरव्यागार शेतात गाढव आणि कोंबडा गुण्यागोविंदाने राहत होते. गाढव आणि कोंबडा आपापल्या परीने सुखी जीवन जगत होते. पण त्यांचं हे जगणं नशिबाला पाहावलं नाही.

एक दिवस एक सिंह शिकार शोधत-शोधत नेमका ह्याच जंगलात आला. सिंह फारच भुकेलेला होता. कोंबड्याने सिंहाला पाहिलं. गाढवाचं लक्ष नव्हतं. सिंह गाढवावर झडप घालणार, एवढ्यात कोंबडा खूप मोठ्याने आरवला. सिंह कोंबड्याच्या आरवण्याने घाबरला.

कोंबड्याचं आरवणं ऐकून सिंह पळत सुटला. सिंह गेला हे पाहून कोंबड्याने समाधानाचा सुस्कारा टाकला आणि संकट टळलं म्हणून तो आनंदाने नाचू लागला.

कोंबड्याच्या आरवण्याला घाबरून सिंह पळाला, हे पाहून गाढवाला मोठा अचंबा वाटला.

''कोंबड्याच्या आरवण्याला जर सिंह घाबरतो, तर आपल्या आवाजाला तो सिंह निश्चितच घाबरेल. कोंबड्यापेक्षा आपण शरीराने तर मोठे आहोतच, पण आपला आवाजदेखील कोंबड्याच्या आवाजापेक्षा कितीतरी पटीने मोठा आहे, तेव्हा सिंह निश्चित आपल्या आवाजाने पळ काढेल,'' असा फाजील आत्मविश्वास वाटून त्या गाढवाने सिंहाचा पाठलाग केला.

कोंबड्याचं आरवणं आता ऐकू येत नाही, असं कळल्यावर सिंहाने मागे वळून पाहिलं तर काय? मागे आयतीच गाढवाची शिकार त्याला दिसली. त्याने गाढवावर झडप घालून गाढवाचा फन्ना उडवला.

ह्या गाढवासारखेच पुष्कळ लोक खोटा आणि फाजील आत्मविश्वास उराशी बाळगतात आणि मग संकटात सापडतात.

८. बैल आणि बेडकी

पावसाळ्याचे दिवस होते. बेडकी आणि तिची मुलं पावसाळ्यामुळे आनंदित झाली होती. तळ्याकाठी बेडकी आणि तिची मुलं खेळत होती. बेडकीला तिच्या मुलांसाठी जेवण तयार करायचं होतं, म्हणून ती लवकर घरी गेली. इकडे मुले आनंदाने बागडत टुणटुण उड्या मारत होती.

तेवढ्यात तिथे एक बैल पाणी पिण्यासाठी आला. बैलाला पाहून बेडकीची मुलं सैरभैर पळू लागली. पळता-पळता काही मुलं बैलाच्या पायाखाली तुडवली गेली. आपली भावंडं बैलाने मारली, म्हणून बाकीच्या भावंडांना राग आला. बैल तळ्याकाठी पाणी पीतच होता. उरलेली बेडकीची मुलं घरी गेली आणि त्यांनी झालेला प्रकार आईला सांगितला. बेडकी संतापली आणि ती तडक तळ्याकाळी आली. बरोबर तिची उरलेली मुलं होतीच.

बैल पाणी पिऊन जात होता. बैलाला बेडकीने पाहिलं. तिला बैलाचा मत्सर वाटला.

ती म्हणाली, ''मीपण ह्या बैलाएवढी होते आणि दाखवते माझी करामत या बैलाला!''

असं म्हणत बेडकीने अंग फुगवायला सुरुवात केली. तिने अंग फुगवून मुलांना विचारलं, ''आता मी ह्या बैलाएवढी दिसते ना?''

मुलं 'नाही' म्हणाली.

शेवटी तिने रागाने एवढं अंग फुगवलं की, तिच्या शरीरावरच्या सुरकुत्या नाहीशा झाल्या. बेडकी अंग फुगवत होती आणि मुलांना विचारत होती, 'बोला, मी झाले की नाही बैलाएवढी लठ्ठ?'

मुलं 'नाही' एवढेच उत्तर देत होती.

शेवटी त्या बेडकीने रागाने एवढं अंग फुगवलं की, तिचं अंग फुटून त्याच्या चिंध्या झाल्या. बेडकी जिवाला मुकली आणि मुलं आईला मुकली.

आपल्यापेक्षा मोठ्या माणसाची नक्कल करताना आपली ताकद लक्षात घेतली पाहिजे, नाहीतर बेडकीसारखं प्राणाला मुकावं लागतं.

☘☘

९. स्तुतीने फसगत झाली

कोल्हा धोरणी आणि लबाड असतो, हे सर्वांना माहीतच आहे. अशाच एका लबाड कोल्ह्याची सिंहाशी फार दोस्ती होती.

एकदा सिंह आजारी पडला. तो गुहेत पडून होता. एकदा त्याचा दोस्त कोल्हा त्याला भेटायला गेला.

सिंह कोल्ह्याला म्हणाला, ''मला आजारातून बरं होण्यासाठी हरणाचं मांस हेच औषध वैद्याने सांगितलं आहे. तर तू त्या हरणाला थापा मारून माझ्याकडे आण.''

सिंहाच्या आदेशाप्रमाणे कोल्हा हरणाच्या शोधार्थ निघाला.

हरीण बागडत खेळत होतं. हरणाच्या बागडण्यात, खेळात कोल्हा सामील झाला. मग कोल्ह्याने मूळ विषय काढला.

कोल्हा म्हणाला, ''हरणा, तुला आनंदाची बातमी सांगायला आलो आहे. अरे, सिंह आजारी आहे. आपल्यानंतर कोणाला राजा करावे, या विचारात सिंह आहे. त्याच्या मताप्रमाणे, हरीणच राजा होण्यास योग्य आहे. कारण सिंह म्हणतो की, ''हरीण उंचापुरा आहे. त्याची शिंगं बळकट असल्यामुळे शत्रूशी झुंज द्यायला योग्य आहे. शिवाय हरणाला आयुष्यही भरपूर आहे. गादीचा वारस होण्यासाठी ते निर्बुद्ध डुक्कर, आळशी अस्वल, चिडखोर चित्ता व घमेंडखोर वाघ अगदी नालायक आहेत. तेव्हा सिंहाच्या मनात तुलाच गादीवर बसवण्याचा विचार आहे, म्हणून तुला सिंहाने घेऊन यायला सांगितलं आहे, तर चल सिंहाला भेटायला.''

कोल्ह्याने हरणाला हरभऱ्याच्या झाडावर चढवलं, हरीण गर्वाने फुगलं आणि मागचा-पुढचा विचार न करताच ते हरीण कोल्ह्याबरोबर सिंहाकडे गेलं.

सिंह हरणाच्या मांसासाठी अधीर झाला होता. हरणाला पाहताच त्याच्या तोंडाला पाणी सुटलं. त्याने एकदम हरणावर झडप घातली. सिंहाच्या पंजात हरणाचा फक्त कान सापडला. पण हरणाने शिताफीने आपली सुटका करून घेऊन रानात पळ काढला.

हातचं सावज गेल्यामुळे सिंहाने मोठ्याने गर्जना केली आणि आपण केलेली मेहनत फुकट गेल्यामुळे कोल्हा सिंहावर नाराज झाला.

सिंह भुकेजला होता. त्याने परत कोल्ह्याची मनधरणी केली. कोल्हा प्रथम मी

जाणार नाही, असंच म्हणत होता. पण सिंहाचा व्याकुळलेला चेहरा पाहून तो परत हरणाच्या शोधार्थ निघाला.

कोल्ह्याने हरणाला एका झुडपात विश्रांती घेताना पाहिलं. कोल्हा हरणाजवळ गेला. कोल्ह्याला पाहताच हरीण रागाने लाल झालं.

ते कोल्ह्याला म्हणालं, ''मला लाडीगोडी लावायला येऊ नकोस. राजा करण्याच्या थापा दुसऱ्याला दे आणि माझ्या समोरून तुझं काळं तोंड घेऊन चालता हो. नाहीतर जीव गमवावा लागेल.''

हरीण संतापलं होतं, तरी कोल्हा शांतपणे म्हणालाच, ''अरे हरणा, तू एवढा घाबरट असशील, असं वाटलं नव्हतं. सिंहाने तुझा कान पकडला. कारण तो तुझ्या कानात काहीतरी गुपित सांगणार होता. तू पळून गेलास म्हणून सिंह तुझ्यावर रागावला आहे. भित्र्या हरणापेक्षा लांडग्यालाच गादीचा वारस करावं, असं तो म्हणतो. लांडगा राज्यावर आला, तर आपलं प्राण्यांचं राज्य खलास होईल, तर बाबा मेहरबानी करून चल. मी शपथ घेऊन सांगतो

की, तुझ्या केसालासुद्धा धक्का लागणार नाही. तूच राजा होण्यासाठी योग्य आहेस. चल बाबा, लवकर चल.''

कोल्ह्याच्या भूलथापांना हरीण परत एकदा फसलं आणि कोल्ह्याबरोबर सिंहाकडे गेलं. हरीण गुहेत गेल्याबरोबर सिंहाने त्याच्यावर झडप घालून त्याला मारलं आणि भराभर त्याचं मांस खायला सुरुवात केली. कोल्हा सर्व पाहतच होता. पण त्याने हळूच हरणाचं काळीज बक्षीस म्हणून उचललं.

सिंह हाडांच्या राशीत काळीज शोधत होता.

कोल्हा लांबूनच म्हणाला, ''महाराज, काळीज शोधण्याचे श्रम नका घेऊ. हरणाला काळीजच नव्हतं. दोन वेळा सिंहाच्या पंज्यात सापडणाऱ्याला काळीज काय असणार?''

सत्तेच्या लालसेने लोक आंधळे बनतात आणि पुढे येणाऱ्या संकटाचा त्यांना विसर पडतो.

૪७૪

१०. 'माझे घर व माझे घर'

एका रानात एक बोकड राहायचा.

तो दिवसभर फिरायचा. खूप खूप चरायचा.

रात्र झाली की, एका झाडाखाली झोपायचा.

एकदा त्याला वाटले...

आपण राहण्यासाठी घर बांधावे.

मग त्याने ओढ्याच्या काठी जागा पाहिली.

त्याने ती जागा साफसूफ केली.

त्याने दगड आणले, विटा आणल्या.

दिवसभर काम केल्यामुळे तो खूप थकला.

तो मनाशी म्हणाला, ''आज खूप झाले.

उद्या विसावा घेऊ. परवा पुन्हा इथे येऊ.

खड्डे खणू आणि खांब रोवू!''

नंतर तो झाडाखाली जाऊन झोपला.

रात्र झाली. जंगलातून वाघोबा उठले.

ते त्या ओढ्यावर पाणी प्यायला आले.

त्यांनी ती साफ झालेली जागा पाहिली.

दगड पाहिले, विटा पाहिल्या. त्यांना नवल वाटले.

वाघोबाला वाटले, ''आपल्याला झोपायला घर केलं पाहिजे. साफसूफ जागा आहे, दगड आहेत. विटा आहेत. आयता माल तयार आहे.''

मग वाघोबा कामाला लागले. त्यांनी लाकडं आणली. खांब तयार केले. खड्डे खणले. खांब रोवले. वाघोबा थकले.

ते मनात म्हणाले, 'आज काम तर खूप केले. उद्या विसावा घेऊ. परवा आणखी घर बांधू!' वाघोबा तिथून निघाले आणि आपल्या नेहमीच्या जागेवर जाऊन बसले.

तिसऱ्या दिवशी बोकड तिथे आला. पाहतो तर घराचे खांब उभे! त्याला आनंद झाला.

तो म्हणाला, ''एकदा कामाचा निश्चय केला की, देवसुद्धा मदत करतो. ही वनदेवतेची कृपाच आहे.''

मग बोकडाने भिंती बांधल्या. घरावरचे छप्पर तयार केले. तो थकला.

मनात म्हणाला, 'आज खूप काम झाले. उद्या विसावा घेऊ. परवा दारे-खिडक्या बसवू आणि या घरात राहायला येऊ!''

बोकड तिथून निघाला आणि आपल्या नेहमीच्या झाडाखाली जाऊन झोपला.

रात्री वाघोबा तिथे आले. पाहतात तो काय, घर तर तयार!

ते मनाशी म्हणाले, 'वाहवा! वाहवा! निश्चयाचं केवढं बळ असतं पाहा! वनदेवीचीच ही कृपा आहे. आता काय फक्त दारंच बसवायची!'

मग वाघोबाने दारं तयार केली आणि ते त्या घरात स्वस्थ निजून राहिले.

तिसऱ्या दिवशी बोकड तिथे आला. त्याने दार ठोठावले.

आतून आवाज आला, ''कोण आहे? माझं घर कोण उघडत आहे?''

बोकडाला राग आला.

तो जोराने म्हणाला, ''माझ्या घरात कोण दांडगोबा शिरला आहे? हे घर माझं आहे!''

वाघोबाने दार उघडलं. माझं घर - माझं घर! म्हणून दोघंही भांडू लागले. सारे रान गर्जून गेले. कोणीच माघार घेईना. शेवटी दोघांनी आपलं भांडण वनराज-सिंहाकडे नेलं. जो तो म्हणे, ''माझं घर, माझं घर.''

सिंहराजाने दोघांचं म्हणणं ऐकून घेतलं.

'हे घर दोघांनी मिळून बांधलं आहे. दोघांनीही या एकाच घरासाठी कष्ट केलेले आहेत, तेव्हा हे घर दोघांच्याही मालकीचे आहे. या घरात राहण्याचा दोघांनाही हक्क आहे. पण हे तर शत्रूप्रमाणे भांडत आहेत. याला काय करावं?'

सिंहराजाला पेच पडला. त्याने विचार केला आणि शेवटी एक तोडगा सुचवला. ती तोड का तो असा अशी, त्या घराला मागचं दार ठेवायचं. दिवसा बोकड रानात चरायला गेला की, वाघोबाने त्या घरात दिवसभर झोपायचं. संध्याकाळी मागच्या दाराने वाघोबाने निघून जायचं आणि बोकडाने पुढच्या दारातून त्या घरात यायचं. बोकडाने रात्रभर त्या घरात झोपायचं आणि पहाटे मागच्या दाराने बाहेर निघून जायचं!

ही तडजोड दोघांनाही पसंत पडली. ते त्या प्रमाणे आळीपाळीने त्या घरात राहू लागले. आता प्रत्येक जण आनंदाने म्हणतो, ''हे माझं घर! हे माझं घर!!!''

११. ऐटबाज लाल्या

पहाट झाली. पूर्वेकडे तांबडं फुटलं. थंडगार वाराही वाहायला लागला. एक-दोन वाऱ्याच्या झुळकी कोंबड्यांच्या खुराड्याच्या फटीतून अगदी आतपर्यंत पोहोचल्या. रंगीबेरंगी पिसं असलेला, लांबटांग्या लाल्या कोंबडा खडबडून जागा झाला. त्याने आपले दोन्ही पंख जोरात झटकले आणि तो तसाच उभा राहिला. त्याला आठवलं की, आज आरवायचं नाही, असं त्याने ठामपणे ठरवलं होतं. त्यामुळे आपले पंख अंगाशी लपेटून तो पुन्हा आपल्या जागेवर जाऊन गुपचूप झोपी गेला.

सूर्य उगवला. शेतकरी आज उशिरा उठला. खुराड्याचा दरवाजाही आज उशिरा उघडला गेला. दरवाजा उघडताच सर्व कोंबड्या दाणे टिपण्यासाठी भराभर निघून गेल्या. एक कोंबडी मात्र शेतकऱ्याच्या पडवीतच रेंगाळत राहिली. ही कोंबडी लाल्याची मैत्रीण होती. कोंबडा न आरवल्यामुळे शेतकरी आणि त्याची बायको आज बरीच उशिरा उठली होती. त्यामुळे त्यांची सर्वच कामं राहिली होती. शेतकरी वैतागला होता. शेतकऱ्याची मुलंही भूक लागल्याने किरकिर करत होती.

''आज लाल्या आरवलाच न्हाई, रातीला खुराड्यात आल्ता का न्हाई?'' शेतकऱ्याने बायकोला विचारलं.

''अहो, व्हता की. खुराडा उघडला तवा टणाटणा उड्या मारीत भाईर पळाला बगा.'' तव्यावर भाकरी टाकत बायको म्हणाली.

''अस्सं? मग आरवला का न्हाई लेकाचा?'' पडवीतून कुदळ-फावडं बाहेर काढत शेतकरी पुटपुटला आणि कामाला निघून गेला.

गावाबाहेर एका शेताच्या बांधावर शेतकऱ्याची झोपडी होती. त्या झोपडीत शेतकरी, त्याची बायको आणि दोन मुलं राहत होती. शेतकऱ्याने काही कोंबड्या आणि बकऱ्या पाळल्या होत्या. बकऱ्या तो झोपडीच्या पडवीतच बांधायचा. कोंबड्यांसाठी मात्र त्याने एक स्वतंत्र खुराडा बांधला होता. शेतकऱ्याच्या पंधरा-वीस कोंबड्या त्या खुराड्यात रात्री असत. ऐटबाज लाल्या कोंबडा शेतकऱ्याचा अतिशय आवडता होता. त्यानेच त्याचं नाव आवडीने 'लाल्या' ठेवलं होतं. लाल्या ऐटीत चाले. चालताना त्याच्या डोक्यावरचा लाल तुरा छानपैकी हलत राही. आरवताना तो आपली मान

अभिमानाने वर करी. शेताच्या बांधावर उभं राहून मोठ्याने आरवायला त्याला खूपच आवडत असे. त्याच्या आरवण्याने आजूबाजूचा परिसर दणाणून जाई. पहाटे तो सगळ्यात आधी आरवून शेतकऱ्याला उठवत असे. त्याच्यानंतर दुसरे कोंबडे आरवून त्याला साथ देत. परंतु त्यांचा आवाज किरटा आणि लहान होता.

लाल्याच्या त्या मैत्रीण कोंबडीला हे सगळं माहीत होतं. लाल्या आज आरवला नाही, याचं तिलाही आश्चर्य वाटत होतं. ती पडवीतून बाहेर आली.

लाल्या झाडाच्या बुंध्याजवळ ऐटीत उभा होता. कोंबडी त्याच्याजवळ गेली आणि तिने विचारलं, ''का हो, आज तुम्ही आरवला का नाहीत? घसा दुखतोय का?''

''छे छे! तसं काही नाही. पण मी ठरवलंय, आपण आरवायचं नाही. रोज आधी मीच का आरवायचं? हं.....? मी रोज वेळेवर आरवतो. माझ्यामुळे मालक उठून कामाला लागतो. त्याचं मला काय मिळतंय? सगळ्यांना मिळतं तेच ना? मी एवढा मालकाच्या उपयोगी पडतो, तरी मला वेगळं, चांगलं अन्न नाही की झोपायला वेगळा ऐसपैस खुराडा नाही. नाही आरवणार मी.'' कोंबडा रागारागाने म्हणाला.

''अहो, पण प्रत्येकाने आपलं काम प्रामाणिकपणे करावं बाई! कामचुकारपणा करू नये. आपलं कर्तव्य करावं, मालकाने आपल्याला काय कमी केलंय? शिवाय तुम्ही त्याचे खूप लाडके आहात. मला माहितीय.'' कोंबडी म्हणाली.

''तरीसुद्धा मी आरवणार नाही! कळू दे माझं महत्त्व त्याला. मला कंटाळा येतो पहाटे उठायला.'' रागारागाने बोलून कोंबडा दूर निघून गेला.

असेच चार दिवस गेले. कोंबडा पहाटे उठला नाही, की आरवला नाही. कोंबडा आळशी आणि कामचुकार झाल्याचं पाहून कोंबडीला खूपच वाईट वाटत होतं. त्याला कसं समजवावं, याचा ती विचार करत होती. अचानक तिला एक युक्ती सुचली.

एक दिवस कोंबड्याला एका बाजूला गाठून ती हलक्या आवाजात म्हणाली, ''बरं का हो, एक धोक्याची सूचना द्यायला आलेय बाई. ऐकता का?''

''हं बोल. काय बोलतेस?'' कोंबडा ऐटीत म्हणाला.

''अहो, काल शेतकऱ्याची बायको शेतकऱ्याला म्हणत होती की, ''लाल्या काही हल्ली आरवत नाही. त्याचा आता काय उपयोग? त्याला कापूनच टाकूया आणि दुसरा चांगला आरवणारा कोंबडा आणू. बघा बाई! मला तर भीती वाटते.''

कोंबडा मनातून खूपच घाबरला. पण त्याने कोंबडीला काहीच कळू दिलं नाही. पंख फडफडवत तो दूर निघून गेला.

दुसऱ्या दिवशी पहाटे लाल्या आपली ऐटबाज मान उंच करून जोरात आरवला. आपली युक्ती यशस्वी झालेली पाहून कोंबडीला खूपच आनंद झाला. सकाळी खुराडा उघडताना शेतकऱ्याने लाल्याला प्रेमाने गोंजारलं.

त्याच्या पाठीवरून हात फिरवत शेतकरी म्हणाला, ''लाल्या, गेले आठ दिस का आरवला न्हाईस बाबा? तुझ्या घशाला काय झालं व्हतं का काय?''

शेतकऱ्याच्या हातातून निसटून लाल्या पुन्हा जोरात आरवला, ''कु कू रे ऽऽ कू कू ऽऽऽ''

ॐ

१२. हसनमियाचा प्रामाणिक उंट

हसनमिया आपला आवडता उंट 'अब्दुल्ला' याला घेऊन एकटाच प्रवासाला निघाला होता. अत्यंत जरुरीचं काम होतं आणि त्याकरिता शहरात जाण्याची गरज होती. मधे लहानसं वाळवंट होतं. ते दोन दिवसांत पार करून शहरात जाता येण्यासारखं होतं. हसनमियांनी शहरातल्या बाजारात विकण्यासाठी थोडंसं सामानही सोबत घेतलं होतं. खजुराने भरलेल्या पेट्या आणि सुकामेवा त्याने उंटावर लादला होता. उंटाच्या गळ्यातली दोरी हातात धरून तो पुढे चालला होता. वाळवंटातली तप्त, रखरखीत वाळू आणि वर दिसणारं पांढरेशुभ्र आकाश उष्णतेने जिवाची घालमेल करत होते. मधूनच हसनमिया अब्दुल्लाला घेऊन एखाद्या टेकडीच्या आडोशाला येऊन बसे. सोबत आणलेलं अन्न खाऊन आणि चामड्याच्या पिशवीत भरून आणलेलं पाणी पिऊन तो आपली तहानभूक भागवी. उंटाचं अन्न उंटाला देऊन त्याला प्रेमाने गोंजारी. अब्दुल्ला त्याचा अतिशय आवडता उंट होता. त्याला तो आपला मित्र मानत असे. अब्दुल्लानेही हसनमियाची खूप सेवा केली होती.

आज हसनमियाने अब्दुल्लाबरोबर अर्धाअधिक प्रवास संपवला होता. परंतु अचानक हवेत बदल होऊ लागला. वारं जोरात वाहू लागलं. वाळूचा मारा हसनमिया आणि अब्दुल्ला यांना झोडून काढू लागला. पुढे पाऊल टाकणं कठीण होऊ लागलं. एका जागी स्थिर उभं राहताही येईना. जोरदार वादळ होणार, हे ओळखून हसनमिया हळूहळू अब्दुल्लाला घेऊन एका टेकडीच्या आडोशाला आला. परंतु टेकडीजवळ येईपर्यंत वाऱ्याने त्याचं बरंच नुकसान झालं. उंटावर लादलेल्या काही पिशव्या घसरून खाली पडल्या. त्यात पाण्याने भरलेली पिशवीदेखील पडली. हसनमिया कसाबसा त्या टेकडीजवळ स्थिरावला. हातापायांची जुडी करून तो एका कोपऱ्यात बसून राहिला. अब्दुल्लाला त्याने बाजूला उभा केला. बराच वेळ झाला, तरी वादळ शांत होईना. उलट त्याचा जोर आणखी वाढला.

असेच दोन दिवस निघून गेले, हसनमियाने कसाबसा अन्नपाण्यावाचून धीर धरला होता. आज त्याच्या जिवाची चांगलीच घालमेल होऊ लागली. 'पाणीऽऽ पाणीऽऽऽ' तो मोठ्यामोठ्याने ओरडू लागला. बाजूला उभा असलेला अब्दुल्ला उंट केविलवाण्या नजरेने त्याच्याकडे पाहत होता. मालकाचे हाल त्याला पाहवत नव्हते. हसनमिया पाण्यासाठी

आणखी-आणखी व्याकुळ होत होता. अब्दुल्लाने प्रसंग ओळखला.

मालकाला पाण्याची गरज होती आणि ते पाणी फक्त त्याच्या पोटातल्या पिशवीत होतं. तो खाली बसला. आपले तोंड त्याने मालकाच्या कानाजवळ नेलं. तो काहीतरी पुटपुटला. उंट काय बोलतोय, ते हसनमियाने ओळखलं.

उंट म्हणत होता, ''हसनमिया, तुला पाणी पाहिजे ते माझ्या पोटातल्या पिशवीत भरपूर आहे. चल ऊठ. बाजूला पडलेलं शस्त्र उचल. मला मार आणि माझ्या पिशवीतलं पाणी पिऊन तहान भागव.''

हसनमियाने मान हलवली. त्याचं लक्ष बाजूला पडलेल्या पिशवीकडे गेलं. त्यात शस्त्र होतं. हसनमियाच्या डोळ्यांत पाणी आलं.

उंटाचं तोंड गोंजारत तो म्हणाला, ''अब्दुल्ला, ही अल्लाने तुला दिलेली देणगी आहे. वाळवंटात तुला पाण्यावाचून बरेच दिवस जगता यावं, म्हणून अल्लाने तुझ्या पोटात भली मोठी पिशवी ठेवली. तू ती पाण्याने भरून घेतोस तुझ्यासाठी. तुला मारून तुझ्या पिशवीतलं पाणी मी पिऊ? नाही. अब्दुल्ला नाही! तुला मारून मला जगायचं नाही.''

अब्दुल्लाच्या गळ्याला मिठी मारून हसनमियाने डोळे मिटले. त्याच्या डोळ्यांसमोर काळोख पसरला. अब्दुल्लाने घाईघाईने जोर करून हसनमियाला उचललं आणि आपल्या पाठीवर घेतलं. आकाशाकडे पाहून त्याने डोळे मिटले. कितीतरी वेळ तो तसाच उभा होता.

हळूहळू वादळ शांत झालं. अब्दुल्ला हलक्या पावलाने आपल्या घराकडे परतला. उंटाला दारात पाहून हसनमियाची बायको आणि मुलं धावत बाहेर आली. त्यांनी हसनमियाला घरात नेलं. त्याला औषध पाजलं. थोड्या वेळाने हसनमिया शुद्धीवर आला. किलकिल्या डोळ्याने त्याने आजूबाजूला पाहिलं आणि तो ओरडला, ''अब्दुल्लाऽ''

अब्दुल्ला दरवाजातून आत डोकावत होताच. त्याने आपली मान हलवली. हसनमियाने धावत येऊन अब्दुल्लाच्या गळ्याला मिठी मारली. अब्दुल्लाच्या डोळ्यांतून आनंदाश्रू वाहत होते.

१३. शेवटी सिंह शूर ठरला

वेळ सकाळची होती. अंघोळ आणि जेवण आटोपून जंगलचे न्यायाधीश हत्तीमहाराज आपल्या नेहमीच्या जागेवर एका झाडाच्या पारावर बसले होते. वर झाडाच्या पानांनी सूर्यकिरणांना अडवून घनदाट छाया तयार केली होती. न्याय मिळवण्यासाठी भांडखोर जनावरांनी रांग लावली होती. आपली सोंड उंच उभारून आणि डोळे किलकिले करून हत्ती न्यायाधीश प्रत्येकाला न्याय देत होते. परंतु आज न्याय मागण्यासाठी आलेल्या जनावरांमध्ये वाघ आणि सिंह पाहून त्यांना आश्चर्याचा धक्काच बसला.

'यांना कसला न्याय हवाय बुवा?' हत्ती न्यायाधीश स्वत:शीच पुटपुटले.

अखेर त्यांचा नंबर आला. बाजूला उभ्या असलेल्या गाढवाने खड्या आवाजात त्यांची नावं पुकारली. दोघंही जोरात पुढं आले. त्यांचं एकमेकांवर गुरगुरणं आणि दात ओठ खाणं चालूच होतं. त्यांचे अक्राळविक्राळ जबडे आणि त्यातले धारदार दात पाहून हत्ती न्यायाधीशाही थोडेसे घाबरले.

धीर करून ते म्हणाले, ''अंहं... इथं भांडायचं नाही. अगोदर दोघांनीही शपथा घ्या. 'देवाशपथ खरं सांगेन, खोटं सांगणार नाही.' हं, आटपा लवकर.''

दोघांनीही शपथा घेतल्या.

सिंह बोलू लागला, ''न्यायाधीशमहाराज, हा वाघ्या मला म्हणतो, 'मी तुझ्यापेक्षा शूर आहे.' हा माझा अपमान आहे. महाराज, कारण या जंगलात माझ्यापेक्षा दुसरा कोणताही प्राणी शूर नाही.''

''अरे जा जा. आला मोठा सगळ्यांत शूर म्हणवणारा. कोण तुला शूर म्हणेल? माझं शौर्य माहीत नाही, असा एकही प्राणी नाही या जंगलात. समजलं? हत्तीमहाराज तर एका फटक्यात न्याय देतील. मीच या जंगलात सगळ्यांत शूर आहे.'' असं म्हणून वाघाने जोरात डरकाळी फोडली.

सिंहानेही गर्जना करून वाघाच्या बोलण्याला विरोध केला. दोघेही न्यायासाठी हत्ती न्यायाधीशाकडे पाहू लागले.

हत्तीमहाराजांनी एक क्षण विचार केला, 'या दोघांपैकी सिंहाला शूर म्हणावं, तर एकाच उडीत वाघ आपलं गंडस्थळ फोडून टाकील. वाघाला शूर ठरवावं, तर सिंहाच्या

पंजातून आपली सुटका नाही. त्यापेक्षा काहीतरी चांगली युक्ती शोधून काढून दोघांत शूर कोण, हे त्यांनाच ठरवायला लावलं पाहिजे. चटकन हत्तीन्यायाधीशांना एक युक्ती सुचलीच.

नाकावरचा चष्मा डोळ्यांवर घेत आणि आपली सोंड हवेत फिरवत हत्तीन्यायाधीश म्हणाले, ''शूरांनो, तुम्ही दोघंही शूर आहात. परंतु तुमच्यापैकी जास्त शूर कोण हे ठरवण्यासाठी प्रत्यक्ष पुराव्याची गरज आहे. तेव्हा मी तुम्हाला एक धाडस करायला सांगणार आहे. तुमच्यापैकी जो त्यात यशस्वी होईल, तो या जंगलात शूर म्हणून ओळखला जाईल. कबूल?''

''कबूल कबूल! धाडस करणं हा आमचा धर्मच आहे.'' सिंह म्हणाला.

''धाडस करायला मी चारी पायांवर तयार आहे.'' वाघ म्हणाला.

''ठीक आहे. सांगतोच मी तुम्हाला काय करायचं ते. हे पाहा, आपल्या या जंगलात गेले पंधरा दिवस एका शिकाऱ्याने खूपच धुमाकूळ घातलाय. मोठमोठी जनावरंदेखील त्याच्या गोळ्यांना बळी पडली आहेत. तेव्हा तुमच्यापैकी जो कोणी त्या शिकाऱ्याला जिवंत किंवा मेलेला पकडून माझ्यासमोर आणील, तोच या जंगलात सगळ्यांत शूर म्हणून ओळखला जाईल. इतकंच नाही तर, त्याचा गौरवही केला जाईल. चला लागा आपल्या कामाला.''

वाघ आणि सिंह रागारागाने एकमेकांकडे पाहत दोन दिशांना निघून गेले.

आठ दिवस निघून गेले, तरी सिंह किंवा वाघ यांपैकी कोणीही हत्तीकडे परतले नाहीत. मध्यंतरी शिकाऱ्यावर झडप घालताना नेम चुकल्यामुळे आणि शिकारी सावध असल्यामुळे वाघ स्वतःच शिकाऱ्याच्या गोळीने जखमी झाल्याचं हत्तीन्यायाधीशाने ऐकलं होतं. परंतु त्यानंतर कोणतीच बातमी नव्हती.

न्यायदानाचं काम संपवून हत्तीन्यायाधीश उठायच्या बेतात होते. इतक्यात जनावरांचा आरडाओरडा ऐकू येऊ लागला. थोड्याच वेळात शिकाऱ्याचं प्रेत त्याच्या बंदुकीसह तोंडात धरून सिंह ऐटीत पुढे येताना दिसला. इतर जनावरं त्याचा जयजयकार करत होती. हत्तीन्यायाधीशाने आपल्या चष्म्यातून सगळ्यांकडे पाहिलं. जनावरांमध्ये लंगडत-लंगडत पुढे येणाऱ्या वाघाकडे पाहून हत्तीन्यायाधीशांना आश्चर्य वाटलं. आता आणखी भांडण उपस्थित होणार, असं वाटून हत्तीन्यायाधीश थोडे सावरून बसले.

शिकाऱ्याचं प्रेत हत्तीन्यायाधीशापुढे टाकून सिंह ऐटीत उभा राहिला, तेव्हा वाघ बोलू लागला, ''महाराज, आपण सांगितलेल्या कामात सिंह यशस्वी झाला आहे. तेव्हा तोच या जंगलात सगळ्यां शूर असल्याचे पुराव्याने सिद्ध झालं आहे. मी माघार घेतो. सिंहाचा

गौरव करा; कारण त्याने घाई न करता सावधपणे शिकाऱ्याला मारून आपल्या सगळ्यांना संकटातून सोडवलं आहे. बोला शूर सिंहाचा....''

''विजय असो!'' सर्व जनावरांनी मोठ्या आवाजात साथ दिली.

आपल्यापेक्षा शूर ठरलेल्या सिंहाचा द्वेष न करता त्याचा गौरव करणाऱ्या शूर वाघाचं हत्तीमहाराजांना खूपच कौतुक वाटलं. त्यांनी दोघांचीही पाठ थोपटली.

&

१४. स्वर्गातले लाडू

फार फार वर्षांपूर्वीची गोष्ट आहे. कुंडनपूर नावाचं एक छोटंसं राज्य होतं. तिथल्या राजाचं नाव होतं भीमदेव. तो भीमाप्रमाणे खादाड आणि रागीट होता. त्याला स्वादिष्ट अन्नापेक्षा जगात कोणतीच गोष्ट महत्त्वाची वाटत नव्हती. त्याने आपल्या पाकशाळेत अनेक कुशल आचारी ठेवले होते. ते विविध प्रकारचे खाद्यपदार्थ तयार करून राजाचा खाण्याचा छंद पूर्ण करत असत.

राजा भीमदेवाची आणखी एक विचित्र सवय होती. तो दररोज जेवण करताना, बऱ्याच लोकांना समोर बसवत असे. तो स्वादिष्ट अन्नाचा आस्वाद घेत असे, तेव्हा समोर बसलेल्या लोकांच्या तोंडाला पाणी सुटत असे. दुसऱ्यांना असा त्रास देऊन जेवण करण्यात त्याला फार आनंद वाटत असे.

एक दिवस भीमदेव आपल्या मुख्य आचाऱ्याला बोलावून म्हणाला, ''मला स्वर्गातले लाडू खायचे आहेत; जे लाडू देवतांच्या राजाला इंद्राला फार आवडतात. मी असं ऐकलं आहे की, स्वर्गातला प्रत्येक देव ते खाण्यासाठी धडपडत असतो.

आचारी विचार करू लागला, 'या खादाड राजाला स्वर्गातल्या लाडूंबद्दल कोणी सांगितलं आहे, काही कळत नाही. मी तर आजपर्यंत अशा लाडूंबद्दल ऐकलं नाही. आता मी कोणते लाडू तयार करावेत, म्हणजे माझी या संकटातून मुक्तता होईल.'

आचारी गप्प बसलेला पाहून राजा खवळला.

तो रागाने म्हणाला, ''काय झालं? स्वर्गातल्या लाडूंचं नाव कधी ऐकलं नाही वाटतं? तुला तयार करता येत नसतील, तर तसं स्पष्ट सांग. मी तुला नोकरीवरून कमी करीन आणि दुसरा योग्य असा आचारी ठेवीन.''

आचारी नोकरी जाण्याच्या भीतीने घाबरला. त्याला थोडा वेळ काय बोलावं, तेच सुचेना. अचानक त्याला एक कल्पना सुचली.

तो म्हणाला, ''महाराज! आपण तर फक्त स्वर्गातल्या लाडूंचं नाव ऐकलं आहे. परंतु मी तर त्यांचा आस्वाद घेतला आहे. ते तोंडात घालताच मी उडत-उडत स्वर्गात जाऊन पोहोचलो. आज बऱ्याच दिवसांनंतर त्या लाडूंचं नाव ऐकलं, तेव्हा मला सगळं काही आठवलं.''

राजा भीमदेवाला आश्चर्य वाटलं.

त्याने कुतूहलाने विचारलं, ''तुला कुठे मिळाले होते ते लाडू?''

आचारी उत्तरला, ''महाराज, ते लाडू घेऊन एक देवदूत माझ्याकडे आला होता.''

''एकदम खोटं! तुझ्यासारख्या सामान्य माणसाकडे कशाला येईल देवदूत?'' राजाने आचाऱ्याच्या बोलण्यावर अविश्वास व्यक्त केला.

आचारी म्हणाला, ''मी अगदी खरं बोलतो आहे, महाराज! त्याचं काय झालं, माझ्या पक्वान्नांची प्रशंसा राजे इंद्रांपर्यंत पोहोचली. त्यांनी स्वर्गातल्या लाडूंचा एक नमुना माझ्याकडे पाठवला. मला सांगण्यात आलं की, यापेक्षा मी जर अधिक स्वादिष्ट मिठाई तयार केली, तर मला स्वर्गात आचाऱ्याची नोकरी मिळू शकेल.''

राजा म्हणाला, ''मग तू तर लगेच होकार द्यायला पाहिजे होतास. अशी सुवर्णसंधी घालवून तू मोठा मूर्खपणा केला आहेस.''

आचारी म्हणाला, ''महाराज! खरं सांगायचं तर मला भीती वाटली होती. माझी पत्नी आणि मुलांना निराश्रित करून तिकडे जाणं मला योग्य वाटलं नाही. मी विचार केला की, आपल्या राज्यात जे काही मिळतं, त्यावर समाधान मानावं. असं सुख स्वर्गातही मिळणार नाही.''

राजा म्हणाला, ''तू उद्या अगदी तसेच लाडू आमच्यासमोर आण. तेव्हाच माझा तुझ्या बोलण्यावर विश्वास बसेल. जा लौकर सामान गोळा कर आणि कामाला लाग.''

आचारी निघून गेला. दुसऱ्या दिवशी सकाळी सगळे मंत्री, दरबारी आणि नगरातल्या सगळ्या लोकांना सूचना देण्यात आली, ''आज दुपारी महाराज स्वर्गातली पक्वान्न खाणार आहेत, त्यावेळी सर्वांनी उपस्थित राहावे.'' सर्वांना कुतूहल वाटत होतं. ते दृश्य पाहण्याची त्यांची इच्छा होती.

दुपार झाली. राजा भीमदेव आपल्या आसनावर स्थानापन्न झाला. त्याच्यासमोर लाडूने भरलेल्या थाळ्या सजवून ठेवण्यात आल्या. चतुर आचाऱ्याने नवीन रंग आणि सुगंध वापरून लाडू खरोखर स्वादिष्ट बनवले होते. क्षणभरात सबंध दरबारात त्यांचा सुगंध पसरला.

राजाने पहिला लाडू उचलला आणि तोंडाला लावला. त्याच वेळी कुठूनतरी एक अनोळखी माणूस गर्दीतून तिथे आला. त्याची नजर लाडूंच्या थाळीवर होती. तो पुन्हा पुन्हा आपली जीभ ओठांवरून फिरवत होता.

अचानक तो, ''मी दूत आहे. मी दूत आहे.'' असं ओरडत-ओरडत राजासमोर

गेला. त्याने कोणाची परवानगी न घेता, दोन्ही हातांनी लाडू उचलून खायला सुरुवात केली.

तिथे हजर असलेले सगळे लोक त्या अनोळखी माणसाचं धाडस पाहून चकित झाले. तो अगदी निर्धास्त होऊन लाडू खात होता. जणू कोणी त्याला मेजवानी देत होतं. राजा भीमदेवाकडे जायला कोणा दूताला अडवत नसत. शिपाई काही वेळ हा तमाशा पाहत राहिले. नंतर ते त्याला पकडायला धावले. राजाने त्यांना अडवलं. राजा लाडू खाणं विसरून त्या अनोळखी माणसाकडे लक्षपूर्वक पाहू लागला.

अनोळखी माणसाने जेव्हा पोटभर लाडू खाल्ले, तेव्हा राजाने त्याला विचारलं, ''तू कोणाचा दूत आहेस? आणि येथे कशासाठी आला आहेस? तू बऱ्याच दिवसांचा उपाशी दिसतोस!''

अनोळखी माणसाने तीन चार ढेकर दिले आणि म्हणाला, ''महाराज, मी पोटदेवांचा दूत आहे. मी अहोरात्र त्यांची सेवा करतो. त्यांच्याच आज्ञेने इथे आलो आहे. त्यांनीच सांगितलं होतं की, मी आपणाजवळ बसून त्यांना प्रसाद द्यावा. त्यामुळे मी आज्ञेचं पालन केलं. त्यांच्या तोंडून मी असं ऐकलं आहे की, माझ्याप्रमाणे तुम्हीसुद्धा त्यांचे परमभक्त आहात. त्यामुळे मला संकोच किंवा भीती वाटली नाही.''

राजाने माणसाचं त्या अनोळखीचं बोलणं ऐकलं तेव्हा विचार करू लागला, ''या माणसाने खरंच माझे डोळे उघडले. मी जरी राजा असलो, तरी मी ही पोटाचा दास आहे. जगात सर्व जण पोटाचीच सेवा करतात. पोट हे राजांचा राजा आहे. त्याच्या आदेशाची अवहेलना करणं कोणालाच जमणार नाही.''

राजाचे विचार बदलले.

तो अनोळखी माणसाला म्हणाला, ''खरंच, तू आज माझे डोळे उघडले. मी तुला वाटेल ते बक्षीस द्यायला तयार आहे. तू उद्यापासून माझ्याबरोबर जेवायचं.''

अनोळखी म्हणाला, ''महाराज! क्षमा करा. परंतु लोभ फार वाईट गोष्ट आहे. लोभामुळे मनुष्य आपला धर्म विसरतो. विवेक घालवून बसतो. जे करायला नको ते करतो. दुसऱ्यांना भुकेलं पाहून खुश होणं आणि फक्त आपलं पोट भरणं हे महापाप आहे. सर्वांना देऊन उरलं- सुरलं खाण्यात जो आनंद आहे, तो स्वर्गातले लाडू खाण्यातसुद्धा नाही.''

राजाने अनोळखी माणसाला मिठी मारली. त्या दिवसापासून राजा रोज उपाशी असलेल्यांना जेवण देऊ लागला. नंतर तो जेवू लागला. तसेच त्याची अधिक खाण्याची सवयही सुटली.

१५. अहंकारी रावण

महाबली रावण लंकेचा अधिपती होता. किष्किंधेच्या प्रतापी राजा वालीने एकदा त्याला युद्धात हरवलं होतं. परंतु वाली उदार होता. त्याने रावणाला क्षमा केली. त्याला प्रेम आणि अहिंसा यांचं महत्त्व सांगून तो कैलास पर्वतावर निघून गेला. रावण मनात पराभव घेऊन लंकेत परतला.

रावणाला जेव्हा-जेव्हा आपल्या पराभवाची आठवण यायची, तेव्हा त्याला वाटायचं, 'मी जर शत्रूला पराजित करू शकलो नाही, तर मी जिवंत राहून काय उपयोग?'

एकदा रावण विद्याधराची मुलगी रत्नावलीशी विवाह करून लंकेला परत चालला होता. त्याचं पुष्पक विमान कैलास पर्वतावरून चाललं होतं. कैलास पर्वतावर वाली तपश्चर्या करण्यात मग्न होता. त्याच्या तपश्चर्येच्या प्रभावामुळे विमान आकाशात थांबलं.

रावणाने रागाने आपल्या मामाला-मारीचाला विचारलं, "काय मामा! सापाच्या तोंडात हात घालण्याचा कोण प्रयत्न करत आहे? आपलं विमान थांबवून कोण मरायला तयार झाला आहे?"

रावणाचं गर्वाचं बोलणं ऐकून मारीचाने कैलास पर्वताकडे पाहिलं.

तपस्वी वालीला पाहून तो म्हणाला, "लांब भुजा असलेला कोणीतरी तपस्वी साधू कैलासावर बसला आहे. त्याच्याच प्रभावामुळे आपलं विमान थांबलं आहे."

रावण रागाने म्हणाला, "सामान्य तपस्व्याचा एवढा प्रभाव पडू शकेल का?"

"क्षमा करा महाराज! परंतु हा तपस्वी सामान्य वाटत नाही. त्याचं तेज मध्यान्हीच्या सूर्यासारखं आहे. आपण आपलं विमान खाली उतरवावं, नाहीतर ते नष्ट होण्याचा धोका आहे." मारीचाने विचार करून रावणाला सल्ला दिला.

मारीचाचं बोलणं ऐकून रावणाला रागच आला. परंतु त्याने विमान खाली उतरवण्याचा आदेश दिला. विमान कैलास पर्वतावर उतरताच खवळलेला रावण विमानाबाहेर आला.

तपश्चर्येत मग्न असलेला वाली त्याला दिसला. क्रोध आणि अपमानाचा भडका उडालेला रावण ओरडून म्हणाला, "अरे वाली! संन्याशी असून तू ईर्ष्या आणि क्रोधाच्या आगीत जळत आहेस. तू माझं विमान कशासाठी थांबवलं आहेस?"

वालीवर रावणाच्या बोलण्याचा काहीच परिणाम झाला नाही. तो अगदी निश्चल आणि मौन होता. त्यामुळे रावणाचा क्रोध आणखी वाढला.

''अरे ढोंग्या, तू गप्प का आहेस? माझ्याशी युद्ध करायची इच्छा नसेल, तर मग माझं विमान कशासाठी थांबवलं आहेस?''

तरीही वाली तपश्चर्येत मग्न होता. त्यामुळे रावण फारच खवळला, ''अरे नीचा, आज मी तुला माझा प्रताप दाखवतो. तू पराजयाचं जे ऋण माझ्यावर ठेवलं आहेस, ते मी व्याजासह परत करतो. कैलास पर्वतासह तुला उचलून समुद्रात फेकून देतो.''

वाली तपस्येत लीन हेता. त्याला रावणाचे अपमानकारक शब्द ऐकू आले नाहीत.

खवळलेल्या रावणाने मही विदारणी शक्तीच्या प्रभावाने कैलास पर्वताचा भेद केला.

तो पर्वताच्या खाली घुसला आणि आपल्या संपूर्ण शक्तीने कैलास पर्वत उचलू लागला. कैलास पर्वत वर उचलला गेला; तेव्हा पृथ्वीवर मोठा खड्डा पडला. समुद्राचं पाणी त्या विशाल खड्ड्यात भरलं गेलं. सर्वत्र गोंधळ माजला. कैलास पर्वतावरही उत्पात होऊ लागले. मोठमोठे पहाड खाली कोसळू लागले. जंगली जनावरं घाबरून गुहेतून पळून जाऊ लागली. पक्षी इकडे -तिकडे उडू लागले. पुष्पक विमानात बसलेले मय आणि मारीच भयभीत झाले.

इकडे वाली अजूनही आपल्या तपश्चर्येत मग्न होता. कैलास पर्वत उखडला जातो आहे, याचं त्याला भानही नव्हतं. तेवढ्यात पाताळातल्या शेषनागाचं आसन डळमळू लागलं. शेषनागाने 'अवधी ज्ञानाच्या' दिव्य शक्तीने ओळखलं की, रावणाने वालीसह कैलास पर्वत उचलला आहे आणि तो वालीला समुद्रात फेकू इच्छित आहे.

नागराज ताबडतोब कैलास पर्वतावर आला. त्याला वाली निश्चिंत साधनेत लीन असलेला दिसला. शेषनागाने श्रद्धापूर्वक त्याला प्रणाम केला. नंतर त्याची आराधना करू लागला.

शेषनागाने असं करताच कैलास पर्वत पुन्हा खाली येऊ लागला आणि रावण त्याखाली दाबला जाऊ लागला. त्याच्या दहाही तोंडांतून रक्त वाहू लागलं. तो मोठमोठ्याने ओरडू लागला. त्याच्या गर्जना दाही दिशांना पसरल्या.

रावणाचं ओरडणं लंकेपर्यंत जाऊन पोहोचलं. त्याच्या अंतःपुरात हाऽहाऽकार माजला. तिथे रावण आणि त्याची नवी नवरी रत्नावली यांच्या स्वागताची तयारी चालली होती. रावणाचं ओरडणं ऐकून सर्वत्र आकांत माजला. रावणाच्या सर्व राण्या ताबडतोब कैलासावर आल्या आणि त्या विलाप करू लागल्या. काही जणी बेशुद्ध झाल्या, तर काही रडू लागल्या.

तेवढ्यात रावणाची पट्टराणी मंदोदरी हिचं लक्ष तपश्चर्येत मग्न असलेल्या वालीकडे गेलं.

ती क्षणात सर्व काही समजली. आणि लगेच वालीपुढे जाऊन श्रद्धेने प्रार्थना करत म्हणाली, ''हे चारुचित्त भट्टारक वाली! माझ्या पतीचे प्राण वाचवा. मी माझ्या पतीची भीक मागते आहे. हे कृपासिंधू कृपा करा.''

मंदोदरीचं बोलणं ऐकून सर्व हळहळले.

शेषनाग म्हणाला, ''तू धन्य आहेस मंदोदरी! अभिमानी, क्रोधी आणि कामुक पतीच्या जीवनाची भीक मागून तू पतिव्रता धर्माचं पालन केलं आहेस. तुझं सौभाग्य अढळ राहील.'' एवढं बोलून शेषनागाने कैलास पर्वत वर उचलला.

कैलास पर्वत वर उचलला जाताच रावण बाहेर आला. त्याची दहा तोंडं जखमी झाली होती. त्याचं सगळं तेज नष्ट झालं होतं. जणू गरुडाच्या तोंडातून साप सुटला, असं वाटत होतं.

पराजित रावण वाली जिथे तप करत होता, तिथे आला. वालीच्या तपश्चर्येचा प्रभाव पाहून रावणाचा अभिमान गळून पडला. त्याने वालीला एक प्रदक्षिणा घातली. आपल्या अज्ञानाचा पश्चात्ताप होऊन नंतर गदगद स्वरांत म्हणाला, ''माझ्यासारखा अज्ञानी जगात नसेल. गुरुवर मी माझ्या शक्तीचा वापर करण्याचा मूर्खपणा करत होतो.''

रावण हात जोडून म्हणत होता, ''महाबली, जे देवांना सोडून कोणापुढेही नतमस्तक झाले नाही, त्यांना माझा प्रणाम!''

नंतर रावण तिथल्या एका मंदिरात गेला. तिथे त्याने भक्तिभावाने देवाची पूजा केली. पूजा केल्यानंतर त्याने संगीताच्या सात स्वरांनी युक्त, मधुर असा गंधर्वराग गायला सुरुवात केली.

राग इतका मधुर होता की, सर्व प्राणी अगदी तल्लीन झाले.

शेषनाग म्हणाले, ''वत्सा, लंकापती रावणा! मी तुझी भक्ती पाहून प्रसन्न झालो आहे. ही घे 'अमोघ शक्ती' मी तुला देत आहे.''

रावणाने शेषनागाकडून अमोघ शक्ती घेताच मारीच उदास झाला आणि आकाशाकडे पाहत तो म्हणाला, ''हे चांगलं झालं नाही. ही अमोघ शक्ती मिळाल्यामुळे रावणाचा मेलेला अहंकार पुन्हा जागा होईल.''

आणि खरोखरच तसंच झालं. अमोघ शक्ती मिळताच रावणाचा अहंकार जागा झाला आणि नंतर त्याने इंद्रलोकावर हल्ला केला.

१६. डाव उलटला

देव आणि दानवांमध्ये बऱ्याच दिवसांपासून युद्ध चालू होते. सुरुवातीला दानवांचा विजय होत होता. नंतर त्यांचा पराजय होऊ लागला. दानवांपुढे गंभीर समस्या उभी राहिली. मग ते सगळे त्यांचे गुरू शुक्राचार्यांकडे गेले आणि त्यांना त्यांनी आपली मनोव्यथा सांगितली.

शुक्राचार्य म्हणाले, ''मला माहीत आहे की, देवांनी नवीन शस्त्रास्त्रं तयार केली आहेत. त्यांचं युद्धतंत्रही बदललं आहे. आपणही काहीतरी केलं पाहिजे. नाहीतर आपणा सर्वांचा नाश होईल.''

''गुरुदेव, आपणच काहीतरी करा.'' दैत्य अगदी मेटाकुटीला येऊन म्हणाले, ''देव आम्हाला क्षणभरही सुखाने राहू देत नाहीत.''

शुक्राचार्य म्हणाले, ''हे पहा, मी शंकराची आराधना करणार आहे. कठोर तप करून त्यांना प्रसन्न करून घेतो म्हणजे ते वर देतील आणि आपली इच्छा पूर्ण करून घेता येईल. परंतु मी येईपर्यंत तुम्ही संयम पाळला पाहिजे.''

अशा रीतीने दैत्यांना समजावून शुक्राचार्य कठोर तप करण्यासाठी अरण्यात निघून गेले.

इकडे देवांनाही ही गोष्ट समजली. इंद्राने विचार केला की, शुक्राचार्यांची तपश्चर्या जर पूर्ण झाली, तर भगवान शंकरांकडून ते वर मागून घेतील. त्यासाठी काहीतरी केलं पाहिजे. त्यांनी गुरू बृहस्पतींशी सल्लामसलत केली आणि एक योजना तयार केली. त्यांनी आपली मुलगी जयंती हिला शुक्राचार्यांकडे पाठवलं.

जयंतीने गेल्याबरोबर शुक्राचार्यांना नमस्कार केला आणि नंतर ते जिथे तप करत होते, तिथली जागा साफ केली. तिने जंगलातली ताजी फुलं तोडून आणली. ती फुलं तिने शुक्राचार्यांच्या चरणी अर्पण केली.

जयंती तिथे निराहार राहून त्यांची सेवा करू लागली. रात्रीची झोपसुद्धा तिने सोडून दिली.

शुक्राचार्य जयंतीची भक्ती पाहत होते.

ते विचार करत, 'ही मुलगी इतकी तल्लीन होऊन माझी सेवा का करत आहे?'

अशा रीतीने बरेच दिवस गेले. एके दिवशी शुक्राचार्यांची तपश्चर्या पाहून शंकर प्रसन्न झाले आणि त्यांनी वर मागायला सांगितला.

शुक्राचार्य म्हणाले, ''भगवन, मला असे काही मंत्र सांगा की, जे बृहस्पतींनाही माहीत नाहीत. देवांचा दैत्यांना फार त्रास होत आहे. मी मंत्रशक्तीच्या साहाय्याने त्यांचं संरक्षण करणार आहे. मला स्वत:साठी काही नकोय.''

मग भगवान शंकरांनी शुक्राचार्यांना काही विद्या शिकवल्या. नवीन चमत्कारिक शस्त्रास्त्रांचं रहस्यही सांगितलं. ज्या मंत्राच्या साहाय्याने शस्त्रास्त्रं चालवली जातात, ते मंत्रही शिकवले. त्यानंतर आशीर्वाद देऊन भगवान शंकर अंतर्धान पावले.

शुक्राचार्य फारच प्रसन्न झाले. त्यांची तपश्चर्या यशस्वी झाली होती. आता दैत्य निश्चित विजयी होतील, असं त्यांना वाटू लागलं. त्यांनी विचार केला की, आता दैत्यलोकांत जावं; परंतु तेवढ्यात त्यांना समोर जयंती दिसली. तिचे डोळे बंद होते. नमस्काराची मुद्रा करून ती 'जय गुरू शुक्राचार्य!' हा जप करत होती.

जयंतीची साधना आणि भक्ती पाहून शुक्राचार्य प्रभावित झाले होते.

ते म्हणाले, ''तुला काय पाहिजे? मी तुझ्यावर प्रसन्न झालो आहे. वर माग.''

जयंतीने त्यांचे पाय धरले आणि ती म्हणाली, ''मला आणखी काही काळ आपली सेवा करावीशी वाटते. माझी अशी इच्छा आहे की, मी आणि आपण एक वर्ष अदृश्य होऊन राहावं.''

शुक्राचार्य त्यावर म्हणाले, ''तथास्तु!''

त्यांनी विचार केला, 'आता दैत्यांची समस्या तर सुटली. या मुलीची साधनाही निष्फळ व्हायला नको.' आणि नंतर शुक्राचार्य आणि जयंती तिथे अदृश्य होऊन राहू लागले.

देवांना हेच पाहिजे होतं. त्यांचे गुरू बृहस्पती यांनी शुक्राचार्यांचं रूप धारण केलं आणि ते दैत्यांकडे गेले. त्यांना माहीत होतं की, जयंतीला वर दिल्यामुळे शुक्राचार्य वर्षभर इकडे येणार नाहीत.

दैत्य फसले. त्यांना वाटलं की, गुरू शुक्राचार्य आपल्यासाठी अनेक विद्या शिकून आले आहेत.

शुक्राचार्य बनलेले बृहस्पती दैत्यांना म्हणाले, ''आता तुम्ही देवांना घाबरण्याचं मुळीच कारण नाही. मला शंकरांकडून दिव्य शस्त्रास्त्रं मिळाली आहेत. नवीन मंत्र शिकून मी आलो आहे. मी तुम्हाला सर्व समजावून सांगणार आहे.''

दैत्य पुढे सरसावले. बृहस्पतींनी त्यांना नवी विद्या शिकवण्याऐवजी उलटी विद्या शिकवायला सुरुवात केली. त्यामुळे दैत्यांना जे माहीत होतं, तेही ते विसरले. बृहस्पती नेहमी त्यांच्याजवळ राहत असत. सुरुवातीला दैत्य शस्त्रास्त्रं चालवण्याचा सराव करत होते, तोही त्यांनी बंद केला. अशा रीतीने वर्षभर त्यांची फसगत झाली.

एक वर्ष संपल्यानंतर खरे शुक्राचार्य दैत्यलोकांत आले, तेव्हा त्यांना आपल्या वेषात असलेले बृहस्पती पाहून आश्चर्य वाटले.

त्यांनी विचारले, ''हा बहुरूपी कोण आहे?''

बृहस्पती म्हणाले, ''मी दैत्यांचा गुरू शुक्राचार्य! आपण आपला परिचय करून द्यावा. तुम्ही माझं रूप घेऊन इथे का आलात? माझ्या नुसत्या इशाऱ्याने तुम्हाला ठार मारलं जाईल.''

शुक्राचार्य दैत्यांना म्हणाले, ''अरे, तुम्ही काय पाहता? हा माझं रूप घेतलेला देवांचा गुरू बृहस्पती आहे. याला धक्के मारून घालवा.''

बृहस्पती मनातल्या मनात हसले आणि म्हणाले, ''माझे शिष्य माझा अपमान कधीच सहन करणार नाहीत. तुझ्या भल्यासाठी तू इथून ताबडतोब निघून जा. नाहीतर....''

खरोखर दैत्यांनी नकली शुक्राचार्यांच्या म्हणण्यानुसार तलवारी उपसल्या. त्यांनी शुक्राचार्यांना घेरलं व ते म्हणाले, ''आम्ही आमच्या गुरूंना ओळखत नाही का? आमच्यासाठी ते शंकरांकडून नवीन विद्या शिकून आले आहेत. आम्हाला त्यांनी नवं ज्ञान दिलं आहे. तुम्ही तिथून ताबडतोब चालते व्हा.''

शुक्राचार्य हा प्रकार पाहून भयंकर खवळले. त्यांनी ओळखलं की, हे सगळं बृहस्पतीचं कारस्थान आहे.

अनेक दिवसांच्या कठोर तपश्चर्येमुळे शुक्राचार्यांचं तपोबल बरंच वाढलं होतं. स्वभावही उग्र झाला होता. क्रोधामुळे ते सगळं विसरले.

ते दैत्यांना म्हणाले, ''दुष्टांनो, मी तुमच्यासाठी एवढी कठोर तपश्चर्या केली. परंतु तुम्हाला चांगलं-वाईट कळत नाही. तुम्ही नकली शुक्राचार्यांकडे जा. तेच तुमचं रक्षण करतील. मी तुम्हाला शाप देतो की, युद्धात तुमचा पराजय होईल.''

शुक्राचार्यांनी एवढं बोलताच बृहस्पती खऱ्या रूपात प्रकट झाले आणि हसून म्हणाले, ''आता माझं इथलं काम संपलं आहे.''

ते ताबडतोब आकाशमार्गाने देवलोकांत निघून गेले.

खरा प्रकार समजताच दैत्यांचे डोळे उघडले. ते शुक्राचर्यांच्या पाया पडू लागले आणि क्षमा मागू लागले.

शुक्राचार्य दु:खी झाले आणि म्हणाले, ''साप निघून गेला. आता दोरी आपटण्यात काय अर्थ आहे! मी तुमच्या भल्यासाठी हे करत होतो. परंतु माझ्या तोंडून शाप बाहेर पडला. आता शाप परत घेता येत नाही. मी असूनही तुमचा पराजय होईल. काळ बलवान आहे.'' एवढं बोलून ते पुन्हा तपश्चर्या करायला निघून गेले.

❀❀❀

१७. पिट्टू पहाड

एक खेडं होतं. तिथे एक अतिशय गरीब माणूस होता. एका श्रीमंत मळेवाल्याच्या मळ्यात तो नि त्याची बायको दिवसभर काम करायचे. मिळेल त्या मजुरीवर कसंबसं पोट भरायचे. या गरीब मळेकऱ्याला मूलबाळ नव्हतं. त्याच्या बायकोला फार वाईट वाटायचं.

एक दिवस मळेकरी नि त्याची बायको मळ्यात काम करत होते. दुपार टळून गेली होती. मळेकऱ्याच्या बायकोने सहजच ओली माती हातात घेतली. बोलण्याच्या नादात त्या मातीचं एक बाहुलं तयार केलं. वितीएवढं बाहुलं! पण हात, पाय, नाक, डोळे, कान सगळं होतं बाहुल्याला.

त्याच्याकडे पाहत मळेकरी म्हणाला, ''अगं, छानसं बाळच झालं हे तर!'' तेवढ्यात शेजारच्या आंब्यावरून एक सुंदर निळा पक्षी ओरडल्यासारखा भासला, ''मळेकरी दादा, तुम्हाला लवकरच एक मुलगा होणाराय. अगदी छोटा. पण छान, खूप हुशार, सुखी करील तो तुम्हाला.''

काही महिन्यांनी मळेवाल्याला खरोखरच मुलगा झाला! छान पण दिसण्यात इतर बाळांपेक्षा छोटा! मळेवालीने भाजीचं एक टोपलं घेतलं. त्यात कापसाची मऊ गादी केली. त्यात ती या चिमुकल्या बाळाला अलगद ठेवायची.

ती मळेवाल्याला म्हणाली होती, ''हा किती पिटुकला आहे. याला आपण पिट्टूच म्हणू.''

शेजारीपाजारी पिट्टूला पाहायला यायचे. कोणी हसत, तर कोणी त्याची चेष्टा करत.

कोणी मळेकऱ्याला म्हणत, ''हा नसताच उद्योग तुम्हाला!'' पण मळेकरी नि त्याची बायको खुश होते पिट्टूवर. पिट्टू मोठा चटपटीत. तो भराभर वाढू लागला. तो उपडा होऊ लागला. नंतर रांगू लागला, मग चालू-बोलूही लागला. पण तो पिटुकलाच! त्याची उंची फक्त एका फुटाएवढीच वाढली.

पिट्टू सहा वर्षांचा झाला. आता तो ढोपरापासून पावलापर्यंत एवढाच उंच होता. आपल्या बाबा-आईबरोबर तोही जाई मळ्यात. तिथे पटापट उड्या मारत, तुरुतुरु चालत त्यांना मदत करी. एकदा लिंबाला बहर आला. जिथेतिथे पिवळीधम्म मोठाली कागदी लिंबं! पिट्टूने एक मोठंसं लिंबू घेतलं. ते पायाने चेंडूसारखे उडवत तो खेळू लागला. गरगरीत लिंबू थेट रस्त्यावर खूप दूर गेलं. पिट्टू धावला मागे. तेवढ्यात एक भला रूंद जाडाजुडा

पाय त्या लिंबापाशी थांबलेला दिसला त्याला. लगेच दुसरा पाय! पिट्टूने वर पाहिलं... अगदी खूप खूप वर ताडासारखा एक उंचच उंच नि खूप धष्टपुष्ट माणूस उभा होता.

तो म्हणाला, ''रस्त्याच्या मध्ये लिंबं काय खेळतोस? देऊ का फेकून तुला तिकडं?''

पिट्टूने क्षणभर त्याच्याकडे पाहिलं, मग धीपटणे म्हणाला, ''मी चेंडू खेळत होतो. तुम्ही कशाला मध्ये आलात?''

'वा रे वा!'

त्याला पिट्टूच्या धिटाईची गम्मत वाटली. तेवढ्यात मळेकऱ्याने पिट्टूला हाक

मारलीच. लिंबू घेऊन पिट्टू तुरुतुरु पळून गेला. त्या साडेसहा फूट उंच नि एखाद्या पिंपाएवढ्या धष्टपुष्ट पैलवानाला हसूच आलं, पिट्टूचं.

पिट्टूला मात्र वाटलं, 'आईच्या गोष्टीतला राक्षस तो हाच!'

पैलवान मळेकऱ्याला म्हणाला, "तुमचा मुलगा की काय हा?"

मळेकरी म्हणाला, "होय. मुलगाच... पण वाढ त्याची फारच थोडी."

पैलवान म्हणाला, "फार धीट नि हुशार आहे हा तर! माझ्या घरी पाठवा... छान खाऊ-पिऊ घालीन, तालीम शिकवून तगडा करीन. दहा-बारा वर्षांत माझ्यासारखा पैलवान करीन. मोठा झाला की, देईन पाठवून."

पैलवानाला पिट्टू फार आवडला होता. पैलवान बरेच दिवस मागे लागला.

मळेकऱ्यालाही वाटलं, 'आपण फारच गरीब...पिट्टूला चांगलं खाणंपिणं असलं तर तो नीट वाढेल तरी.'

हो-नाही करता-करता पिट्टूला पाठवून दिलं. पैलवान भलताच तालीमबाज... उत्तम कुस्तीगीर! तो पिट्टूला ताकदीने भरपूर अन्न खाऊ घाली. त्याला तालमीत नेई. शिक्षणासाठी शाळेतही पाठवी.

पिट्टू भराभर वाढू लागला. सात-आठ वर्षांचा पिट्टू दहा - अकरा वर्षांचा वाटू लागला. उंच, धष्टपुष्ट दिसू लागला. आपल्या वर्गातल्या नि इतर मुलांबरोबर कुस्त्या मारू लागला. अधूनमधून आईबाबा भेटून जायचे. खुश होऊन पैलवानाचे उपकार मानायचे. काही वर्ष गेली. आश्चर्यच! पिट्टू सतरा-अठरा वर्षांचा होताच वीस-बावीस वर्षांएवढा मोठा दिसू लागला. सव्वासहा फूट उंच, धष्टपुष्ट नि पिळदार अंगाचा पिट्टू वेगळाच वाटू लागला. त्याचं शाळेचं शिक्षणही संपलं.

पैलवान त्याला म्हणे, "पिट्टू छान मोठा झालास... अगदी पहाडासारखा वाढलास! तुझं नाव आता पिट्टू पहाड."

एक दिवस पिट्टू पैलवानाला म्हणाला, "काका, मला इथं आणलंत. माझं रूपच बदललंत. आता मी बाहेर कुठंतरी जातो. कामधंदा शोधीन, कुस्त्या जिंकून तुमचं नाव काढीन. चार पैसे मिळतील. त्यातले माझ्या पोटापुरते ठेवीन, बाकीचे अर्धे तुम्हाला नि बाबांना पाठवीन."

पैलवानाला गहिवरून आलं.

तो म्हणाला, "ठीक, पण आधी आईबाबांना भेट नि मग जा पुढे!

पिट्टू घरी गेला. वडिलांचं खोपटं अगदी बुटकं होतं. त्यातच इतक्या वर्षांत अगदी मोडकळलं होतं. पिट्टू खाली वाकून घरात शिरला, पण विसरून आत सरळ उभा राहिला!

जुनाट गवती छपरातून त्याचं डोकं भसकन बाहेर निघालं. पिट्टू जेवायला बसला. आईने गरमागरम दोन मोठाल्या भाकरी वाढल्या. पण त्याने का त्याचं पोट भरणार? कुस्त्या जिंकणारा नव्या दमाचा तगडा पैलवान! तो राहिला उपाशी. आईबाबांच्या लक्षात आलं ते, पण करतात काय बिचारे? त्यांच्याने आता मळ्यातलं कामही होत नव्हतं.

आईबाबांचा निरोप घेऊन पिट्टू कामधंदा शोधायला निघाला. एका शहरात आला. परंतु लगेच कामधंदा कुठे मिळणार? त्याने ओझेवाल्याचं काम सुरू केलं. तशातच त्या शहरात एक सर्कस आली. तिच्या लोकांसाठी मंडईतून भाजीपाला नि इतर सामान न्यायचं होतं. पिट्टूने ते ओझं नेलं.

सर्कशीच्या मॅनेजरने पैसे देताना पिट्टूच्या उंचीकडे, पिळदार शरीराकडे पाहिलं आणि विचारलं, ''कुस्ती येते?''

पिट्टूने थोडक्यात आपण किती शिकलो, कुस्ती तालमीचा गुरू कोण, किती कुस्त्या जिंकल्या, ते सगळं सांगितलं.

मॅनेजरने विचारलं, ''आमच्या सर्कशीत राहतोस? इथल्या कामाचं सगळं शिक्षण देऊ. आमच्या तालीम मास्तरांना हरवून दाखव आधी.''

दुसऱ्या दिवशी कुस्ती ठरली. नव्या दमाच्या नि कसलेल्या पिट्टूने तालीम मास्तराला पाहता-पाहता चीत केलं! पिट्टू पहाड खूप मोठ्या पगारावर सर्कशीत नोकरीला राहिला.

पहिला पगार होताच पिट्टूने दोन दिवसांची रजा घेतली. स्वतःच्या गरजेपुरते पैसे बाजूला काढून उरलेल्याचे दोन हिस्से केले. मग आधी पैलवानकाकांना भेटून त्यांच्या पायाशी त्यांचा हिस्सा ठेवला. त्यांनी पिट्टूला पोटाशी घेतलं. डोळे भरून आले त्यांचे. तिथून पिट्टू आईबाबांकडे गेला.

त्यांचा हिस्सा त्यांच्या पायाशी ठेवत म्हणाला, ''आतापर्यंत फार कष्ट केलेत. आता ते बंद. विश्रांती घ्या. दर महिन्याला पैलवानकाकांना नि तुम्हाला पैसे पाठवीन. लौकरच आपण नवं घरपण बांधू.''

ॐ

१८. बिनडोक शिष्य

एका रानात एक तपस्वी राहत होता. त्याचे बरेचसे शिष्यही त्याच्याबरोबर राहत होते. त्यांनी त्या रानाचं एक सुंदर तपोवनच बनवलं होतं. प्रत्येक शिष्याची वेगवेगळी पर्णकुटी होती.

एक दिवस एका काळ्या नागाचं पिलू सरपटत एका पर्णकुटीत आलं. त्या पर्णकुटीत राहणाऱ्या तापसाला त्या पिलाचं फारच कौतुक वाटलं. त्याने ते नागाचं पिलू पाळण्याचं ठरवलं. त्याने त्या पिलाला एका भांड्याखाली झाकून ठेवलं. नंतर तो जंगलात गेला. त्याने एक पोकळ बांबूचं (वेळूचं) रूंद नळकांडं शोधलं आणि आपल्या पर्णकुटीत परतला.

पर्णकुटीत येताच त्याने त्या पोकळ बांबूत मऊ-मऊ गवत घातलं. नंतर त्याने त्या नागाच्या पिलाला त्या बांबूच्या नळकांड्यात ठेवलं. त्याला खाऊपिऊ घातलं. रोजच हा तापस त्या नागाच्या पिलाला भरपूर खाऊपिऊ घालू लागला. त्यामुळे काहीच दिवसांत ते नागाचं पिलू झपाट्याने वाढू लागलं.

आता तर त्या नागाची पूर्णपणे वाढ झाली होती. तो काळाकुट्ट नाग आता भयंकर दिसू लागला. त्याचं ते भयंकर रूप पाहून पाहणाऱ्याला दरदरून घाम फुटत असे.

इतर शिष्यांनी त्या नागाच्या पालनकर्त्या शिष्याला 'वेळुकपिता' असं नाव ठेवलं. त्या वेळुकपित्याला त्या नागाला दूर जंगलात नेऊन सोडण्यास सांगितलं. वेळुकपित्याला इतर शिष्यांची ही कल्पना मुळीच पटली नाही.

तो त्यांना म्हणाला, ''मी या नागाला मुळीच जंगलात सोडणार नाही. या नागाचा मी माझ्या मुलाप्रमाणे सांभाळ केला आहे.''

वेळुकपिता आपलं ऐकत नाही, असं पाहून इतर शिष्य आपापल्या पर्णकुटीत निघून गेले.

काही दिवसातच ही बातमी मुख्य तपस्वींच्या कानावर गेली. त्यांनी ताबडतोब वेळुकपित्याला भेटून त्या नागाला जंगलात सोडून द्यायला सांगितलं.

पुढे ते वेळुकपित्याला म्हणाले, ''तू या नागाला पाळण्याचा मूर्खपणा सोडून दे. नाहीतर हाच नाग तुझ्या मृत्यूला कारण होईल.''

हा उपदेश करून प्रमुख तपस्वी आपल्या पर्णकुटीत परतले.

वेळुकपित्याला वाटलं, 'या नागाला मी माझ्या मुलाप्रमाणे वाढवलं आहे. तेव्हा तो मला दंश करणं शक्यच नाही. तपस्वी गुरूंना उगाचच या नागाची भीती वाटतेय.'

एक दिवस सकाळीच प्रमुख तपस्वी आणि त्यांचे सगळे शिष्य फळं आणि कंदमुळं आणण्यासाठी एका दूरच्या जंगलात गेले. फळं आणि कंदमुळं शोधता-शोधता बरीच रात्र झाली. सगळ्यांनी ती रात्र त्याच जंगलात काढायचं ठरवलं.

दुसऱ्या दिवशी पहाटेच सर्व जण आपल्या तपोवनात आले. वेळुकपित्याला आपल्या नागाची फारच काळजी वाटत होती. तो धावतच आपल्या पर्णकुटीत आला.

बांबूच्या (वेळुच्या) जवळ जाऊन तो नागाला म्हणाला, ''अरे, माझ्या लाडक्या नागा, ही बघ मी तुझ्यासाठी किती छान-छान फळं आणली आहेत.'' असं म्हणून नागाला बाहेर काढण्यासाठी त्या वेळुकपित्याने बांबूच्या नळकांड्यात हात घातला.

नाग सबंध दिवस आणि रात्रभर उपाशी असल्यामुळे फारच चवताळला होता. वेळुकपित्याने नळकांड्यात हात घालताच नागोबाने चिडून त्या वेळुकपित्याच्या हाताला कडकडून दंश केला!

नागाने दंश करताच वेळुकपिता जोराने ओरडला आणि धाडकन जमिनीवर कोसळला. त्याच्या तोंडातून फेस येऊ लागला. वेळुकपित्याचं ओरडणं ऐकून इतर शिष्य धावतच तिथे आले. त्यांचे प्रमुख तपस्वीसुद्धा तिथे आले. पण त्या आधीच वेळुकपित्याने आपले प्राण सोडले होते.

प्रमुख तपस्वींनी सर्व प्रकार ओळखला. ते आपल्या इतर शिष्यांना उद्देशून म्हणाले, ''या दुष्ट नागाला आश्रय दिल्यामुळेच या वेळुकपित्याला आपल्या प्राणाला मुकावं लागलं. या वेळुकपित्याने जर वेळीच माझा उपदेश ऐकला असता, तर आज त्याला आपल्या प्राणाला मुकावं लागलंच नसतं आणि तो सुखाने राहू शकला असता.''

౭౦౪

१९. संधी गेली की गेलीच

मुलांचे जास्त लाड केले, तर मुलं आपल्या हाताबाहेर जातात. आपण काही केलं, तरी आपल्याला कोणी बोलत नाही, असा मुलांचा समज होतो. एखाद्या मुलाचं वागणं गैर असेल, तर त्याला ताबडतोब रागावलं पाहिजे, नाहीतर परिणाम वाईट होतात. एखाद्या मुलाने काही चोरलं, तर त्याला वेळीच फटकावलं पाहिजे. नाहीतर तो अट्टल चोर बनतो.

असाच एकुलता एक लाडावलेला मुलगा होता. तो आईचा लाडका होता. एकदा तो मित्राकडे गेला. दोघं मिळून अभ्यास करत होते. मित्राचं लक्ष नाही, असं पाहून त्याने त्याचं पेन चोरलं आणि घरी आणलं. घरी आल्यावर आईला त्याने पेन दाखवलं, पण आईने पेन कुठून आणलंस, वगैरे काही चौकशी केली नाही.

उलट, 'काय सुरेख पेन आणलं माझ्या राजाने,' असं म्हणून त्याचं कौतुकच केलं. दुसऱ्या दिवशी त्याने दुसऱ्या मुलाच्या गोट्या चोरून आणल्या, तरी आईने गोट्या कोठून आणल्यास, असं एका शब्दाने विचारलं नाही; उलट त्याचं कौतुकच केलं.

मुलगा जसजसा मोठा होऊ लागला, तसतसा तो मोठ्या चोऱ्या करू लागला. पण आई सतत त्याला पाठीशी घालत असे. दुसऱ्याची वस्तू चोरणं, हे गैर आहे, असं तिने त्याला कधीच सांगितलं नाही. त्यामुळे आपण करतो तेच बरोबर आहे, असं समजून तो नेहमी नवी चोरी करत राहिला.

त्याला चोरीची सवय लागली आणि चोरी केली नाही, तर तो बेचैन होत असे.

एक दिवस तो मोठी चोरी करताना पकडला गेला आणि त्याच्या हातात बेड्या पडल्या.

मुलाला शिक्षा झाली म्हणून आई धाय मोकलून रडत होती. आणि ती त्याच्याबरोबर तुरुंगापर्यंत गेली.

आई रडते आहे, असं पाहून तो शिपायांना म्हणाला, "मला माझ्या आईला

कानात काही सांगायचं आहे.''

शिपायांनी त्या मुलाला परवानगी दिली. मुलाने आईच्या कानाचा करकचून चावा घेतला.

आई जोराने किंचाळली आणि एकदम मागे फिरून म्हणाली, ''चोरट्या, चोरी करून वर आईच्या कानाचा चावा घेतोस? आईचे चांगले पांग फेडलेस. आईशीदेखील एवढा उर्मटपणे वागतोस? इतके दिवस चोरी करण्याचं पाप केलंस. त्यात आईच्या कानाचा चावा घेण्यामुळे तुझ्या पापात आणखी भर पडली. तुझ्या पापाचं पारडं जड झालं आहे!''

एवढ्यात मुलगा म्हणाला, ''आई, तुझ्या तोंडून हे शब्द बाहेर पडले ते योग्यच आहे. पण हेच शब्द तू आधी बोलायला पाहिजे होतेस. चोरी करणं पाप आहे, हे मला जेव्हा माहीत नव्हते, त्या वेळी मी चोरी करून आणलेल्या वस्तूंचं तू सदैव कौतुकच करत आलीस. चोरी करणं गैर आहे, असं तू मला कधीही बोलली नाहीस. चोरी केल्यावर जर तू मला आतासारखं बोलली असतीस, तर मी गुन्हेगार झालो नसतो. पण आता वेळ निघून गेली आहे. तूच ह्या सगळ्याला जबाबदार आहेस!''

वेळीच छोट्या गुन्ह्याची दखल घ्यावी, नाहीतर मनुष्य अट्टल गुन्हेगार बनतो.

❀❀❀

२०. एकीचं बळ

एका खेडेगावात एक शेतकरी आणि त्याची मुलं एकोप्याने राहत होती. पण गावातल्या लोकांना त्यांचं चांगलं पाहवलं नाही. त्यांनी शेतकऱ्याच्या मुलांत भांडणं लावायला सुरुवात केली.

शेतकऱ्याची मुलं आपापसात भांडू लागली. शेतकऱ्याने त्यांना खूप समजावून सांगितलं, पण काही उपयोग झाला नाही. शेतकरी विचार करत होता की, ह्या मुलांना कसं सांगितलं म्हणजे पटेल? विचार करता-करता त्याला एक युक्ती सुचली. त्याने सर्व मुलांना एकत्र बोलावलं.

शेतकऱ्याने एक काठ्यांचा जुडगा आणला आणि प्रत्येक मुलाला तो तोडायला सांगितला. पण तो जुडगा कोणालाही मोडता आला नाही. मग त्याने प्रत्येकाच्या हातात एक-एक काठी दिली आणि ती मोडायला सांगितली. प्रत्येकाने काठी मोडली.

मग तो मुलांना म्हणाला, ''पाहिलंत? तुमच्यापैकी कोणालाही या काठ्या एकत्र असताना त्या सर्वांचा जुडगा मोडता आला नाही. पण जेव्हा त्यातली एक-एक काठी वेगळी काढली, तेव्हा तुमच्यापैकी प्रत्येकाला ती काठी सहज मोडता आली. तुमचंपण असंच आहे. तुम्ही सर्व जण एकोप्याने राहिलात, तर तुमच्या विरुद्ध कोणी जाऊ शकणार नाही. पण तुम्ही जर भांडलात, तर तुमचा प्रत्येकाचा नाश होईल. एकजुटीने राहिलात, तर त्यात तुम्हा सगळ्याचं कल्याण आहे. आपल्यात एकी असली की, शत्रूचा टिकाव लागत नाही. संघटनेमुळे ताकद वाढते, म्हणून माणसांनी एकीने आणि एकजुटीने वागावं. आपापसात भांडू नये.''

भाऊबंदकी ही माणसाच्या नाशाला कारणीभूत होते. एखाद्या कुटुंबात भांडणं चालली असतील, तर त्याचा फायदा बाहेरचे लोक घेतात.

एकीचं बळ हेच सर्वश्रेष्ठ!

८०८०

www.ingramcontent.com/pod-product-compliance
Lightning Source LLC
Chambersburg PA
CBHW082051220626
47052CB00006B/1208
9788184834277